കഥകൾ

പി.സി. സുലോചന

മുത്തശ്ശിപ്പാറ

പൂർണ പബ്ലിക്കേഷൻസ്, കോഴിക്കോട്

കോഴിക്കോട് ■ കല്പറ്റ ■ തിരുവനന്തപുരം

Muthassippara
Stories
P.C. Sulochana

Malayalam
First Edition: May 2023

Cover: Jyobish

Typesetting: Navadham, Clt
Printing: Manipal

ISBN: 978-81-300-2631-2
10111(5-2023)100.I.o.a

Published by:
POORNA PUBLICATIONS, KOZHIKODE
TBS Building, G.H. Road, Kozhikode-673001
Ph:0495-2720085, 2720086, 2721025

Branches: **Kalpetta** 04936-203842
Thiruvananthapuram 0471-2570504

e-mail:tbsbook@gmail.com
Online Bookstore: www.tbsbook.com

ആമുഖം

കഥകൾ കേൾക്കുവാൻ കുട്ടിക്കാലം തൊട്ടെ എനിക്കിഷ്ടമായിരുന്നു. എനിക്കും സഹോദരിമാർക്കും കഥകൾ പറഞ്ഞ് തരുന്ന ഒരു മുത്തശ്ശിയുണ്ടായിരുന്നു. ഒരു പ്രത്യേക രീതിയിലായിരുന്നു മുത്തശ്ശി കഥകൾ പറഞ്ഞിരുന്നത്. കഥകൾ കേട്ട് ഉറങ്ങുമ്പോൾ മനോഹരമായ സ്വപ്നങ്ങളും കാണാറുണ്ടായിരുന്നു. ആ കഥകളും സ്വപ്നങ്ങളുമാണ് എനിക്ക് എപ്പോഴും താങ്ങും തണലുമായത്.

പിന്നീട് ജീവിതാനുഭവങ്ങളിൽ നിന്നും ജീവിതത്തിൽ കണ്ടുമുട്ടിയ പല വ്യക്തികളും സാഹചര്യങ്ങളും കഥ എഴുതാൻ പ്രചോദനമായിട്ടുണ്ട്. കഴിഞ്ഞ പതിമൂന്ന് വർഷത്തിനിടയിൽ അൻപതോളം ചെറിയ കഥകൾ എഴുതി. ഇതൊന്നും ഒരു പുസ്തകമായി പ്രസിദ്ധീകരിക്കാൻ കഴിയുമെന്ന് കരുതി എഴുതിയതുമല്ല. എന്നാൽ ഇപ്പോൾ സീനിയർ ചേംബർ ഇന്റർനാഷണൽ കോഴിക്കോട് മെട്രോയുടെ പ്രസിഡന്റ് അഡ്വ. ജയപ്രശാന്ത് ബാബു, വൈസ് പ്രസിഡണ്ട് സജിത്ത്കുമാർ, സെക്രട്ടറി ജിമേഷ് വേങ്ങേരി, ജോ. സെക്രട്ടറി ശ്രീജിത്ത് ബേപ്പൂർ ട്രഷറർ ഷൈജു എൻ.കെ, ഡയറക്ടർ രാജേഷ് പി. മാങ്കാവ് എന്നിവരുടെയും എന്റെ മക്കളുടെയും സ്നേഹപൂർവ്വമായ നിർബന്ധത്തിന് വഴങ്ങിയാണ് ഈ പുസ്തകം പുറത്തിറങ്ങുന്നത്.

ഈ പുസ്തകം പ്രകാശനം ചെയ്യുന്ന ബഹുമാന്യനായ ഗോവാ ഗവർണർ ശ്രീ. അഡ്വ. പി.എസ് ശ്രീധരൻ പിള്ള, അവതാരിക എഴുതിയ പ്രശസ്ത സാഹിത്യകാരൻ പി.ആർ. നാഥൻ, മാർഗ്ഗനിർദ്ദേശങ്ങൾ നൽകിയ അഡ്വ. ജോസഫ് തോമസ്, വത്സരാജ്, കൂടാതെ ഈ പുസ്തകവുമായി സഹകരിച്ച സാഹിത്യകാരന്മാരായ ഡോ. പ്രിയദർശൻലാൽ, യു.കെ. കുമാരൻ, ഡോ. കെ. ശ്രീകുമാർ ഉൾപ്പെടെയുള്ളവരോടും എന്റെ 'ഫ്രീ ബേർഡ്സ്' സുഹൃത്തുക്കളോടും, എന്റെ ചേച്ചി, അനുജത്തിമാർ ഉൾപ്പെടുന്ന എല്ലാ കുടുംബാംഗങ്ങളോടും, സഹപ്രവർത്തകരോടും സുഹൃത്തുക്കളോടും, ഈ പുസ്തകം പ്രസിദ്ധീകരിക്കാൻ സഹായിച്ച പൂർണ പബ്ലിക്കേഷൻ സാരഥിയായ എൻ.ഇ. മനോഹരൻ, ഉൾപ്പെടെയുള്ളവരോടും നന്ദി പറയുന്നു.

എപ്പോഴും എനിക്ക് താങ്ങും തണലുമായിരുന്ന എന്റെ അച്ഛൻ മാധവമാരാർ, അമ്മ ജാനകി മാരസ്യാർ, ഭർത്താവ് മാണിക്കോത്ത് ശേഖരമാരാർ എന്നിവരുടെ ജ്വലിക്കുന്ന ഓർമ്മകൾക്ക് മുമ്പിൽ ഈ എളിയ പുസ്തകം സമർപ്പിക്കുന്നു.

പി.സി. സുലോചന ടീച്ചർ

സുലോചനയുടെ സോദ്ദേശ രചനകൾ

പി.ആർ. നാഥൻ

ഇരുപത്തിയൊന്ന് ചെറുകഥകളുടെ സമാഹാരമാണ് മുത്തശ്ശിപ്പാറ. കൂട്ടത്തിൽ ഒരു കഥയുടെ നാമം പുസ്തകത്തിനായി തിരഞ്ഞെടുത്തതാകാമെങ്കിലും മുത്തശ്ശിപ്പാറയിൽ ചിന്തിക്കേണ്ട ധാരാളം വിഷയങ്ങളുണ്ട്. ശ്രീമതി പി.സി. സുലോചനയാണ് ഇതിന്റെ രചയിതാവ്. ദീർഘകാലം അധ്യാപികയായി സേവനമനുഷ്ഠിച്ച വ്യക്തി. ഗ്രാമീണ ജീവിതത്തിന്റെ എല്ലാ ഉൾത്തുടുപ്പുകളും അവർക്ക് വ്യക്തമായി അറിയാം. ബുദ്ധിമുട്ടി ജീവിക്കുന്ന ജനത. അവരുടെ ദുഖങ്ങളും കണ്ണുനീരും. അതോടൊപ്പം സ്നേഹിക്കുകയും സ്നേഹം അനുഭവിക്കുകയും ചെയ്യുന്ന മുഹൂർത്തങ്ങളുമുണ്ട്. കോടീശ്വരന്മാരുടെ വർണ്ണശബളമായ ജീവിതമല്ല അവർ കഥയെഴുത്തിനായി തിരഞ്ഞെടുത്തിരിക്കുന്നത്. അതിനാൽ മുത്തശ്ശിപ്പാറയെ വിലയിരുത്തുമ്പോൾ മലയാള കഥയുടെ ഇന്നത്തെ അവസ്ഥയെക്കുറിച്ചുകൂടി ചിന്തിക്കേണ്ടിയിരിക്കുന്നു.

ഒരു കാലത്ത് മലയാള കഥകൾ ജീവിതഗന്ധികളായിരുന്നു. ശരാശരി മലയാളിയുടെ മനസ്സാണ് അവിടെ വിശകലനം ചെയ്തത്. മണ്ണിന്റെ മണമുള്ള കഥകൾ എന്നാണ് അക്കാലത്ത് ഈ കലാസൃഷ്ടികളെ വിലയിരുത്തിയിരുന്നത്. ഓരോ മലയാള കഥക്കും അതിന്റേതായ തനിമയുണ്ടായിരുന്നു. ക്രമേണ കഥാലോകത്തിന് മാറ്റം വന്നു. ഈ മാറ്റം ദൈനംദിന ജീവിതത്തിലും സംഭവിച്ചിട്ടില്ലെ എന്നു ചോദിക്കാം. ജീവിതം ഏറെ സങ്കീർണ്ണമായിരിക്കുന്നു എന്നാണ് അതിന് എഴുത്തുകാർ കൊടുത്ത മറുപടി. എത്ര സങ്കീർണ്ണമായാലും അടിസ്ഥാനപരമായ മാറ്റങ്ങൾ ഒന്നുമില്ല എന്ന് നാം സമ്മതിക്കേണ്ടിയിരിക്കുന്നു. ആധുനികം അത്യാധുനികം എന്നൊക്കെ വിമർശകർ അവയ്ക്ക് പേരുകൊടുത്ത് സ്തുതിച്ചുകൊണ്ടിരുന്നു. ക്രമേണ കാലം മാറി. അത്തരം കഥകൾക്ക് വായനക്കാർ ഇല്ലാതായി. ഇത്തരമൊരു സന്ദർഭത്തിലാണ് ശ്രീമതി സുലോചന അവരുടെ കഥകളുമായി വായനക്കാരെ സമീപിക്കുന്നത്.

ആധുനികമെന്നു പറയാൻ ഒരു ചേരുവയും ഈ കഥകൾക്കില്ല എന്നത് സത്യമാണ്. ജീവിതഗന്ധിയായ കാര്യങ്ങൾ അവർക്ക് അറിയാവുന്ന ഭാഷയിൽ ആലേഖനം ചെയ്തിരിക്കുന്നു. കാര്യങ്ങൾ തുറന്നുപറയുന്ന രീതിയാണ് അവർ അവലംബിച്ചിരിക്കുന്നത്. കൃത്രിമമായ ഭാഷാപ്രയോഗങ്ങൾ ഇല്ല. പാണ്ഡിത്യപ്രകടനംകൊണ്ട് വായനക്കാരെ ശത്രുക്കളാക്കി മാറ്റുന്ന രീതിയും അവരുടേതല്ല. സുലോചന കണ്ട കാര്യങ്ങൾ. അവർ അനുഭവിച്ച ജീവിത വ്യഥകൾ. സ്വാനുഭവങ്ങളാണ് കഥകൾക്ക് കരുത്തു പകരുന്നത്. ഇവയെല്ലാം അവരുടെ അനുഭവങ്ങളാണെന്ന് അവർ വിശദീകരിക്കാതെ തന്നെ വായനക്കാർക്ക് വ്യക്തമാകും.

സ്നേഹിക്കുന്നവർ അനുഭവിക്കുന്ന ദുഃഖങ്ങൾ. സ്നേഹമില്ലാത്തവർ നിർമ്മിക്കുന്ന ദുരിതങ്ങൾ. വിധിയുടെ ക്രൂരമായ വിളയാട്ടങ്ങൾ എന്നിവയൊക്കെ ഈ കഥകളുടെ മുഖമുദ്രകളാണ്. ആദിമധ്യാന്തപ്പൊരുത്തമുള്ള കഥകളല്ല എന്നതിനാൽ ഓരോന്നിനേയും എടുത്ത് ഉപന്യസിക്കുക എന്നത് ക്ലേശകരമാണ്. യഥാർത്ഥത്തിൽ ചെറുകഥകൾ ഇങ്ങിനെയിരിക്കണം എന്ന് വായനക്കാരെക്കൊണ്ട് പറയിപ്പിക്കാൻ അവർക്ക് കഴിയുന്നുണ്ട്. സ്നേഹത്തുമ്പികൾ, പുനർജന്മം, ഓർമ്മചിത്രങ്ങൾ എന്നീ ടൈറ്റിലുകൾ തന്നെ അവയ്ക്ക് ഉദാഹരണങ്ങളാണ്. ചിത്രശലഭങ്ങൾ കരയാറില്ല, ഇനി ഞാനും പറക്കട്ടെ എന്നീ കഥകൾക്കെല്ലാം വായനാസുഖമുണ്ട്. എഴുത്തുകാരി അവർക്കറിയാവുന്ന വിഷയങ്ങൽ എഴുതുന്നു എന്നല്ലാതെ ഒരിടത്തും പക്ഷം ചേരുന്നില്ല. 'മുത്തശ്ശിപ്പാറ' എന്ന കഥയ്ക്കും ഒരു ചമൽക്കാര ഭംഗിയുണ്ട്. ഓണനിലാവ്, ഒരു വിഷുപ്പുലരിയിൽ തുടങ്ങിയ കഥകളിൽ കേരളീയ ഭംഗി തിളങ്ങിനില്ക്കുന്നു.

പൊതുവെ ഈ കഥകൾ വായനക്കാർ ഇഷ്ടപ്പെടുമെന്ന കാര്യം തീർച്ചയാണ്. ഇതിലും നല്ല കൃതികൾ ശ്രീമതി സുലോചനയിൽ നിന്ന് അനുവാചകർ പ്രതീക്ഷിക്കുന്നുണ്ട്. എഴുതുംതോറും വളരാൻ സാദ്ധ്യതയുള്ള ഒരു കഥാകാരിയാണ് ശ്രീമതി സുലോചന. ഞാൻ ആദരപൂർവ്വം അവർക്ക് ആശംസകൾ നേരുന്നു. ഇത് വായിക്കാനായി വായനക്കാരെ ക്ഷണിക്കുകയും ചെയ്യുന്നു.

പി.ആർ. നാഥൻ

സുമന

മാങ്കാവ് (പി.ഒ.)

കോഴിക്കോട് - 7

കോഴിക്കോട്

14.5.2023

കഥകൾ

സ്നേഹത്തുമ്പികൾ

“അച്ഛമ്മേ ഒന്നിങ്ങു വരൂ” - പേരക്കുട്ടിയുടെ വിളി കേട്ടു ധൃതിയിൽ അവൾ വരാന്തയിലേക്ക് നടന്നു.

അവിടെ പൂമ്പാറ്റകളും പൂക്കളും നിറഞ്ഞ ഒരു വർണക്കുട നിവർത്തിപ്പിടിച്ച് കൊച്ചുമോൾ നില്ക്കുന്നു.

“ഇതു കണ്ടോ അച്ഛമ്മേ... എന്റെ പുതിയ കുട. ക്ലാസിൽ ഞാനാണ് ഫസ്റ്റ്. അതിന് അച്ഛന്റെ സമ്മാനമാ-” ആ ഒന്നാം ക്ലാസുകാരിയുടെ കൊഞ്ചൽ. കണ്ണുകളിൽ സന്തോഷത്തിളക്കം. അവളെ തന്നോടു ചേർത്തുപിടിച്ച് അച്ഛമ്മ പറഞ്ഞു- “മിടുക്കിക്കുട്ടി നല്ല സമ്മാനം.”

“ടീച്ചറെങ്ങനാ പറയാന്നറിയോ അച്ഛമ്മക്ക് good girl എന്നാ.” വീണ്ടും ഒരു കൊഞ്ചലോടെ ഒന്നു കിണുങ്ങി കൊച്ചുമോൾ പറഞ്ഞു. അച്ഛന്റെ കൂടെ കൊച്ചുമോൾ സ്കൂളിലേയ്ക്കു യാത്രയായപ്പോൾ അവൾ അകത്തേക്കു പോയി തന്റെ കട്ടിലിൽ ഇരുന്നു. അവളുടെ മനസ്സിലപ്പോൾ ഭൂതകാലത്തിന്റെ ശിഖിരങ്ങളിൽ മയങ്ങിക്കിടന്നിരുന്ന ഓർമ്മകളാം വവ്വാലുകൾ ചിറകടിച്ചു പറന്നുയർന്നു. അവളുടെ മുന്നിൽ ഒരു ശീലക്കുടയും അത് നിവർത്തിപ്പിടിച്ച് മഴയത്തു നടക്കാൻ ആഗ്രഹിക്കുന്ന കൊച്ചു കൂട്ടുകാരികളും തിക്കിത്തിരക്കി വന്നു. ശീലക്കുടയും നിവർത്തി തോട്ടുവരമ്പിലൂടെ ഗമയോടെ നടന്നുനീങ്ങുന്ന ഒരു നാലാം ക്ലാസുകാരി മനസ്സിന്റെ അഗാധതയിൽ എവിടെയോ ഒളിച്ചിരുന്നവൾ മറവിയുടെ മറ നീക്കി പുറത്തു വന്നു. അന്ന് കുട്ടികളെല്ലാം ഉപയോഗിച്ചിരുന്നത് തൊപ്പിക്കുടയായിരുന്നു. തലക്കുട എന്നും അതിനെ വിളിച്ചിരുന്നു. പനയോല കൊണ്ടാണ് തൊപ്പിക്കുട നിർമ്മിക്കുന്നത്. വട്ടത്തിൽ നിരത്തിവെച്ച് കട്ടിയുള്ള നൂലുകൊണ്ട് ബന്ധിച്ച് തലയിൽ വെക്കാൻ നടുവിൽ ഒരു തൊപ്പിയുമുണ്ടായിരിക്കും. വലുതും ചെറുതുമായ തൊപ്പിക്കുടകൾ. വരാന്തയിൽ കുട ചാരിവെച്ചാണ് എല്ലാവരും

ക്ലാസിൽ കയറുക. അന്ന് ശീലക്കുട പ്രചാരത്തിൽ വരുന്നേ ഉണ്ടായിരുന്നുള്ളൂ. അവളുടെ ക്ലാസിൽ ആർക്കും ശീലക്കുട ഉണ്ടായിരുന്നില്ല. അതുകൊണ്ട് തന്നെ അവൾ ശീലക്കുട ഒതുക്കി കൈയിൽ പിടിച്ച് ക്ലാസിൽ കയറിയപ്പോൾ അത്ഭുതപരതന്ത്രരായി എല്ലാവരും ആ കുടയും കുടയുടെ ഉടമസ്ഥയേയും നോക്കിനിന്നു. അവൾ ക്ലാസിന്റെ മൂലയിൽ ബോർഡിന്റെ മറവിൽ കുട ചാരിവെച്ച് അവളുടെ സീറ്റിൽ വന്നിരുന്നു. അവളുടെ അടുത്തിരിക്കുന്ന പ്രിയമുള്ള കൂട്ടുകാരി അവളോടൊരുമ്മിയിരുന്ന് കാതിൽ മന്ത്രിച്ചു: "എനിക്കേ ആ കുട ചൂടി മഴയത്ത് നടക്കാൻ കൊതി തോന്നുന്നു." മറുപടിയായി അവൾ പറഞ്ഞു "അതിനെന്താ മഴക്കാലമല്ലേ നാലു മണിയാകുമ്പോഴേയ്ക്കും മഴ പെയ്യാതിരിക്കില്ല." അവരുടെ കുഞ്ഞു മനസ്സിലെ ആഗ്രഹം പോലെ വൈകുന്നേരത്തെ ഇന്റർവെൽ സമയത്ത് തിമർത്ത മഴയായിരുന്നു. ബെല്ലടിച്ചതും കുടയുമെടുത്ത് അവർ പുറത്തിറങ്ങി. അധ്യാപകരുടെ ശ്രദ്ധയിൽ പെടാതെ അവർ സ്കൂളിന്റെ പിറകുവശത്തെ വരാന്തയിൽ നിന്നു. ഓരോരുത്തരായി കുട ചൂടി മുറ്റത്തിറങ്ങി. നാലഞ്ചു പേര് ബാക്കി നില്ക്കേ ബെല്ലടിച്ചു. നനഞ്ഞ കുടയും നനഞ്ഞ ഡ്രസ്സുമായി അവർ ക്ലാസ് റൂമിൽ കയറി. കുട ക്ലാസ് റൂമിൽ തന്നെ ചാരി വെച്ചു. അപൂർവ വസ്തുവല്ലേ, ആരെങ്കിലും കൊണ്ടുപോയാലോ എന്ന ഭയവും ഉള്ളിലുണ്ടായിരുന്നു. നനഞ്ഞുകുതിർന്നെങ്കിലും അവരുടെ മുഖത്ത് എന്തോ ഒരു വലിയ കാര്യം സാധിച്ചെടുത്ത സന്തോഷം പൂർണചന്ദ്രന്റെ നിറസാന്നിദ്ധ്യംപോലെ, നിറപൂത്തിരിയുടെ ജ്വലനംപോലെ നിറഞ്ഞുനിന്നിരുന്നു. അധ്യാപകൻ ക്ലാസിലേയ്ക്കു കയറിവന്നപ്പോൾ അമ്പരപ്പിക്കുന്ന കാഴ്ചയായിരുന്നു മുന്നിൽ. എല്ലാവരും നനഞ്ഞിരിക്കുന്നു. ഡ്രസ്സിൽ നിന്നും വെള്ളം ഉറ്റുവീഴുന്നുണ്ടായിരുന്നു. പരിഭ്രമത്തോടെ അധ്യാപകൻ ആരാഞ്ഞു "എങ്ങനെയാ എല്ലാവരും നനഞ്ഞത് മഴയത്തിറങ്ങി കളിച്ചോ നിങ്ങൾ." ആരും ഒന്നും മിണ്ടിയില്ല. വീണ്ടും അധ്യാപകൻ അന്വേഷിച്ചപ്പോൾ കുടചൂടി മുറ്റത്തിറങ്ങി നടക്കാനുള്ള സുവർണാവസരം നഷ്ടപ്പെട്ട ഒരു കുട്ടി എഴുന്നേറ്റു നിന്നു പറഞ്ഞു "സാർ കളിച്ചതല്ല അതാ ആ കാണുന്ന ശീലക്കുട ചൂടി മുറ്റത്തിറങ്ങി നടന്നതാ."

അപ്പോഴാണ് ആകെ നനഞ്ഞു ചുരുണ്ടുകൂടി ചുമരും ചാരി നിൽക്കുന്ന ആ ശീലക്കുട മാസ്റ്ററുടെ ശ്രദ്ധയിൽപ്പെട്ടത്. പെട്ടെന്ന

ദ്ധ്യാപകന്റെ മുഖഭാവം മാറി. "ആരാ നിങ്ങളോട് മുറ്റത്തിറങ്ങി നടക്കാൻ പറഞ്ഞത്. മഴ നനഞ്ഞാൽ അസുഖം വരുമെന്നറിയില്ലേ. ഇനി ഇങ്ങനെ ഒരു കുസൃതി നിങ്ങൾ കാട്ടരുത്." അതും പറഞ്ഞ് അധ്യാപകൻ കൂട ചൂടി മുറ്റത്തിറങ്ങിയവർക്കും കുടയുടെ ഉടമസ്ഥനും കൈവെള്ളയിൽ ഓരോ അടി വീതം നല്കി. അധ്യാപകൻ ക്ലാസ് വിട്ടിറങ്ങി. അവളുടെ പ്രിയമുള്ള കൂട്ടുകാരി അവളുടെ കൈവെള്ള അവളെ കാണിച്ചു. വെളുത്തു പതുപതുത്ത ആ കുഞ്ഞു കൈപ്പടത്തിൽ ചുവന്നു തുടുത്ത അടിപ്പാടുകൾ കാണാനുണ്ടായിരുന്നു. അതു കണ്ടപ്പോൾ ആ കൈപ്പടം കൈയിലെടുത്തു അവൾ പറഞ്ഞു. "നിനക്കു വല്ലാതെ വേദനിച്ചു ഇല്ലേ. ഞാനാണ് ഇതിനെല്ലാം കാരണക്കാരി. എല്ലാവർക്കും ഞാൻ കാരണം അടി കിട്ടി, അല്ലേ." ഗദ്ഗദം ആ വാക്കുകളിൽ നിറഞ്ഞിരുന്നു. എത്രയോ ദിവസം അച്ഛന്റെ മുന്നിൽ കരഞ്ഞും കെഞ്ചി പറഞ്ഞും കിട്ടിയ സമ്മാനമായിരുന്ന ആ കുട ഇത്രയും പേരെ വേദനിപ്പിച്ചല്ലോ എന്ന ദുഃഖമായിരുന്നു അവളുടെ മനസ്സിൽ. അവൾക്ക് കിട്ടിയ അടിയുടെ വേദനയേക്കാൾ കുട സ്കൂളിലേക്കു കൊണ്ടുവരേണ്ടിയിരുന്നില്ല എന്ന കുറ്റബോധമായിരുന്നു അവളെ ഏറെ ദുഃഖിപ്പിച്ചത്. ദുഃഖം ഒരു തേങ്ങലായി മാറി. അവളുടെ കണ്ണുനീർ കണ്ടപ്പോൾ കൂട്ടുകാരിയുടെ ഉള്ളം വിങ്ങി. കൂട്ടുകാരി അവളെ കെട്ടിപ്പിടിച്ച്- "കരയണ്ട നീ ഒരു തെറ്റും ചെയ്തില്ലല്ലോ" എന്നു സമാശ്വാസ വാക്കുകൾ പറഞ്ഞെങ്കിലും അവൾക്കും കരച്ചിലടക്കാൻ കഴിഞ്ഞില്ല "അവരുടെ കരച്ചിൽ കണ്ട് മറ്റു കുട്ടികളുടെ കണ്ണുകളിലും നീർത്തുള്ളി നിറഞ്ഞു തുളുമ്പി ഒരു പ്രവാഹമായി ഒഴുകാൻ തുടങ്ങി.

'അമ്മേ ഞാനിറങ്ങാണ്' മരുമകളുടെ ശബ്ദം കേട്ടപ്പോൾ അവൾ ഓർമ്മകളുടെ വലയത്തിൽ നിന്നും ഞെട്ടിയുണർന്നു. പെട്ടെന്ന് അവളുടെ കൺമുന്നിൽ സ്നേഹത്തിന്റെ മായാപ്രപഞ്ചം സൃഷ്ടിച്ച കൊച്ചു കൂട്ടുകാരികളെല്ലാം അപ്രത്യക്ഷരായി. അവൾ വേദനയോടെ ഓർത്തു- പ്രിയമുള്ളവരേ സ്വന്തം വേദനയേക്കാൾ എന്റെ വേദന മനസ്സിൽ ആവാഹിച്ച് നിറഞ്ഞ മിഴികളുമായി നിന്നിരുന്ന നിങ്ങളുടെ നിറമിഴികൾ മാത്രമല്ലാതെ നിങ്ങളുടെ രൂപങ്ങളും പേരുകളും എന്റെ മുന്നിൽ തെളിഞ്ഞു കാണുന്നില്ലല്ലോ. ജീവിതപ്രാരാബ്ദങ്ങളും ചുമലിലേറ്റി നടന്ന കാലത്ത് നിങ്ങളുടെ ഓർമ്മ പോലും എന്റെ മനസ്സിലേയ്ക്ക് കടന്നു വന്നില്ലല്ലോ. വേദനയോടെ വിങ്ങിക്കരയുന്ന മനസ്സോടെ അവളോർത്തു.

എങ്ങനെ എങ്ങനെ എനിക്കതിനു കഴിഞ്ഞു. നിങ്ങളുടെ കണ്ണുകളിലെ നീർമുത്തുകൾ പളുങ്കുമണികൾ പോലെ സ്നേഹപ്രവാഹം ചൊരിഞ്ഞിട്ടും എന്തേ അതൊക്കെ മറന്ന് എന്നിലേക്കുതന്നെ ഒതുങ്ങി ജീവിക്കാൻ തനിക്ക് കഴിഞ്ഞത്. ഇല്ല... അറിയില്ല ഒന്നുമെനിക്കറിയില്ല. മനസ്സിന്റെ വ്യഥ നിയന്ത്രണാതീതമായപ്പോൾ അവൾ കൈ നെറ്റിക്ക് താങ്ങായി നിർത്തി തലകുനിച്ചിരുന്നു.

പുനർജന്മം

കോടതിവരാന്തയിൽ അക്ഷമനായി കാത്തിരിക്കുകയായിരുന്നു അയാൾ. ഇന്നാണ് തന്റെ കേസ്. ജാമ്യാപേക്ഷ നൽകിയിരുന്നു. ആശങ്കാകുലമായ മനസ്സോടെ അയാളോർത്തു തനിക്കിന്ന് ജാമ്യം കിട്ടുമോ. തന്റെ വക്കീൽ കോടതിക്കകത്ത് ആരോടോ സംസാരിച്ചു നിൽക്കുന്നത് അയാൾക്കു കാണാമായിരുന്നു. വ്യഥപൂണ്ട മനസ്സുമായി അയാളങ്ങനെ ഇരുന്നു. പതിനൊന്നരയ്ക്കാണ് തന്റെ കേസിന്റെ സമയമെന്നാണ് വക്കീൽ പറഞ്ഞത്. അയാളുടെ അടുത്തേയ്ക്ക് ഗുമസ്ഥൻ വരുന്നത് കണ്ട് അയാൾ വേഗം എഴുന്നേറ്റു നിന്നു. ജഡ്ജി ഉച്ചവരെ ലീവാണെന്നും രണ്ടുമണിക്കാണ് അയാളുടെ കേസ് വിളിക്കുന്നതെന്നും ഗുമസ്ഥൻ അയാളെ അറിയിച്ചു. കുറച്ചു മണിക്കൂറുകൾക്ക് മാത്രമാണ് മാറ്റിയതെങ്കിലും അതൊരു അപശകുനമായി മാറുമോ എന്നയാളുടെ മനസ്സ് ശങ്കിച്ചു. തനിയ്ക്ക് ജാമ്യം കിട്ടിയില്ലെങ്കിൽ തന്റെ ഭാവി എന്തായിത്തീരും? തന്റെ ഭാവി മാത്രമോ? തന്നെ മാത്രം ആശ്രയിച്ചു ജീവിക്കുന്ന തന്റെ കുടുംബമോ? ദുഃഖത്തിന്റെ നീർക്കയങ്ങളിൽ അമ്മാനമാടിയുലയുന്ന ഒരു നൗകയായി അയാളുടെ മനസ്സ്. നിസ്സഹായനായി നിരാശനായി അയാളങ്ങനെ ഇരിക്കേ അയാളുടെ മനസ്സ് താൻ പിന്നിട്ട വഴികളിലൂടെ ഓർമ്മകൾ ചിറകുവെച്ച് പറക്കുന്ന സംഭവബഹുലമായ കാഴ്ചകളിലെ ഒരു സാധാരണ കാഴ്ചക്കാരനായി മാറി.

പഠിക്കാൻ മിടുക്കനായിരുന്നു അയാൾ. തെങ്ങുകയറ്റക്കാരനായിരുന്നു അയാളുടെ അച്ഛൻ. പത്തു സെന്റ് സ്ഥലവും ഒരു വീടും. തനിയ്ക്ക് വലിയ വിദ്യാഭ്യാസമൊന്നും നേടാൻ കഴിഞ്ഞില്ലെങ്കിലും മകനെ പഠിപ്പിച്ച് വലിയൊരു നിലയിൽ എത്തിക്കണമെന്ന മനക്കോട്ട കെട്ടി നടക്കുന്ന ആളായിരുന്നു അച്ഛൻ. പക്ഷേ ആ മനക്കോട്ടകളെല്ലാം ഒരു ചീട്ടുകൊട്ടാരംപോലെ തകർന്നു വീഴുകയായിരുന്നു. ഒരു ദിവസം തെങ്ങുകയറ്റത്തിനിടെ തെങ്ങിൽനിന്നും വീണ് ഗുരുതരമായ പരിക്കേറ്റ അയാളെ നാട്ടുകാരെല്ലാംകൂടെ ആസ്പത്രിയിൽ എത്തിച്ചെങ്കിലും രക്ഷിക്കാൻ കഴിഞ്ഞില്ല. പെട്ടെ

ന്നുള്ള അച്ഛന്റെ മരണം അമ്മയെ ആകെ തളർത്തി. പ്ലസ് ടുവിൽ ഉന്നത വിജയം കരസ്ഥമാക്കി. എങ്കിലും തുടർന്നു പഠിക്കാൻ അയാളെ വിധി അനുവദിച്ചില്ല. അമ്മയെ ജീവിതത്തിലേയ്ക്കു തിരിച്ചുകൊണ്ടുവരേണ്ട വലിയ ഒരുത്തരവാദിത്വവും അയാളിൽ നിക്ഷിപ്തമായി. ചെറുപ്പം മുതലെ ഡ്രൈവിങ്ങിലായിരുന്നു അയാൾക്ക് കമ്പം. പഠിപ്പിനിടയിൽ ഡ്രൈവിങ്ങ് പഠിച്ച് ലൈസൻസും കരസ്ഥമാക്കിയിരുന്നു അയാൾ. അയാളൊരു ഓട്ടോറിക്ഷ വാടകയ്ക്കെടുത്തു. അയാളുടെ സന്മനസ്സും വിശ്വസ്തതയും അയാളെ നല്ലൊരു ഓട്ടോറിക്ഷാ ഡ്രൈവറാക്കി മാറ്റി. അയാൾക്കിഷ്ടംപോലെ ഓട്ടം കിട്ടാനും തുടങ്ങി. മകന്റെ സ്ഥിരോത്സാഹവും നല്ലൊരു ജീവിതം പടുത്തുയർത്താനുള്ള വ്യഗ്രതയും തകർന്ന മനസ്സിനുടമയായ അമ്മയേയും ഊർജ്ജസ്വലയാക്കി. അങ്ങനെ അമ്മയും മകനും വലിയ ബുദ്ധിമുട്ടുകളൊന്നുമില്ലാതെ ജീവിക്കാൻ തുടങ്ങി.

സ്വന്തമായി ഒരു ഓട്ടോറിക്ഷ വാങ്ങണമെന്ന മകന്റെ സ്വപ്ന സാക്ഷാത്ക്കാരത്തിനായി വീടും പറമ്പും പണയം വെക്കാമെന്ന മകന്റെ ആശയത്തിന് അമ്മ പൂർണ്ണ പിന്തുണ നല്കി. അതോടെ അവൻ ഒരു ഓട്ടോറിക്ഷയുടെ ഉടമസ്ഥനായി. മകനെ വിവാഹിതനായി കാണാനുള്ള അമ്മയുടെ ആഗ്രഹവും നിർബന്ധവും ഏറിയതോടെ അവൻ വിവാഹിതനായി. അയാളുടെ സൽസ്വഭാവവും ആത്മാർത്ഥതയും കൃത്യനിഷ്ടയും അയാളുടെ ഓട്ടോയ്ക്ക് കൂടുതൽ കൂടുതൽ ഓർഡർ വരുകയും അയാളുടെ സാമ്പത്തിക നില മെച്ചപ്പെടുകയും ചെയ്തു. തവണകളായി ബേങ്കിൽ അടയ്ക്കേണ്ട തുക കൃത്യസമയത്തുതന്നെ അടയ്ക്കാനും അയാൾക്കു കഴിഞ്ഞു. പാവപ്പെട്ടവരായ, അവശരായ രോഗികളെ ആസ്പത്രികളിലെത്തിക്കാനും അവർക്ക് സാമ്പത്തിക സഹായം ചെയ്യാനും എപ്പോഴും അയാൾ തയ്യാറായിരുന്നു. ദുഃഖിതർക്കും രോഗപീഡിതർക്കും അവനൊരു തണലായിരുന്നു. ആ ഗ്രാമത്തിൽ അവന്റെ സേവനസന്നദ്ധതയും ജനങ്ങളോടുള്ള സ്നേഹമസൃണമായ പെരുമാറ്റവും അവനെ ഒരു ജനപ്രിയനാക്കി മാറ്റി.

ആദ്യത്തെ കൺമണി ഒരു ആൺകുഞ്ഞായിരുന്നു. ഭാഗ്യമോ നിർഭാഗ്യമോ എന്നറിയില്ല രണ്ടാംതവണ ലഭിച്ചത് ഇരട്ടക്കുട്ടികളെ ആയിരുന്നു. ഡ്രൈവറെ ആവശ്യമുണ്ട് എന്ന പത്രപ്പരസ്യവാർത്ത കണ്ടപ്പോൾ ആ അഡ്രസ്സിൽ ഒരപേക്ഷ കൊടുത്തു. ഏതെങ്കിലും

ഡിപ്പാർട്ടുമെന്റിൽ കിട്ടുകയാണെങ്കിൽ സർക്കാർ വക ഡ്രൈവറാകാമെന്ന ഒരാശയവും അയാളുടെ മനസ്സിലുദിച്ചിരുന്നു. അയാളുടെ ജീവിതമങ്ങനെ അല്ലലും അലട്ടുകളൊന്നുമില്ലാതെ ഒരുവിധം സുഗമമായി മുന്നോട്ടു പോയ്ക്കൊണ്ടിരിക്കെയാണ് ലോകം മുഴുവൻ തന്റെ കൈവശമാക്കി അമ്മാനമാടി കളിക്കാൻ ദയാദാക്ഷിണ്യം ലവലേശം കാണിക്കാത്ത ധനവാനോ ദരിദ്രനോ എന്ന വകഭേദമില്ലാതെ എല്ലാവരേയും കടന്നാക്രമിക്കാൻ ഭീകരാകാരം പൂണ്ട കൊറോണ എന്ന രോഗത്തിന്റെ എഴുന്നള്ളത്ത്. അതിന്നകമ്പടിയായി ഗവണ്മെന്റിന്റെ ലോക്ക്ഡൗൺ പ്രഖ്യാപനവും. പുറത്തിറങ്ങാൻ പറ്റാത്ത അവസ്ഥ. ഓട്ടോറിക്ഷ വീടിന്റെ മുറ്റത്തൊരരികിൽ അനിശ്ചിതകാല കുത്തിയിരിപ്പു തുടങ്ങി. എന്തെങ്കിലും ജോലി അന്വേഷിച്ചു പുറത്തിറങ്ങിയാൽ പോലീസിന്റെ പീഡനവും. തന്റെ സങ്കടങ്ങളും പരാതികളും പറയാമെന്നു വെച്ചാൽ അവർക്കതിനൊന്നും സാവകാശമോ സൗകര്യമോ ഒട്ടുമില്ലതാനും. അഞ്ചാറു മാസം എങ്ങനെയോ കഴിച്ചുകൂട്ടി. വിശന്നുപൊരിഞ്ഞു കരയുന്ന പൊടിക്കുഞ്ഞുങ്ങളും അതു കണ്ടു സഹിക്കാനാവാതെ വിങ്ങിപ്പൊട്ടുന്ന അമ്മയും ഭാര്യയും. അവരുടെ മുഖത്തു നോക്കാൻ ത്രാണിയില്ലാതെ വീട്ടുവരാന്തയിൽ അയാളുമിരുന്നു.

ഒരു ദിവസം അയാളുടെ കൂട്ടുകാരൻ യാദൃച്ഛികമായി വീട്ടിലെത്തി. വീട്ടിലെ കഷ്ടപ്പാടുകളും ദുരിതങ്ങളും കണ്ട് അയാളുടെ സുഹൃത്ത് പറഞ്ഞു- നീ എന്റെ കൂടെ വരൂ... റിസ്ക്കുള്ള ജോലിയാണെങ്കിലും നിന്റെ കുടുംബം രക്ഷപ്പെടും. സുഹൃത്തിന്റെ നിർബ്ബന്ധത്തിനു വഴങ്ങി അയാൾ കൂടെപ്പോയി. അവസാനം അയാൾ ചെന്നെത്തിയത് കാടുപിടിച്ച ഒരു പ്രദേശത്തായിരുന്നു. ആ കാട്ടുപ്രദേശത്തിലൂടെ നടന്ന് ആ കാട്ടിനുള്ളിൽ ചെത്തിവൃത്തിയാക്കിയ സ്ഥലത്ത് മൂന്നാല് അടുപ്പുകളിൽ മൂന്നാലുപേർ എന്തോ പാകം ചെയ്യുന്നു. അടുത്തെത്തി യപ്പോഴാണ് മനസ്സിലായത് വാറ്റുചാരായം ഉണ്ടാക്കുകയായിരുന്നു അവർ. അടച്ചുവെച്ച വലിയൊരു പാത്രവും അവിടെ ഉണ്ടായിരുന്നു. സുഹൃത്തിൽ നിന്നും അയാളറിഞ്ഞത് അയാളെ സംബന്ധിച്ചിടത്തോളം ഞെട്ടിക്കുന്ന ഒരു വാർത്തയായിരുന്നു. സന്ധ്യയായാൽ ആ വലിയ പാത്രത്തിലുള്ള ചാരായം കുപ്പികളിലാക്കി ആരുടേയും ശ്രദ്ധയിൽ പെടാതെ ആവശ്യക്കാർക്ക് എത്തിക്കുക. ഇതുവരെ മദ്യം വെറുത്തിരുന്ന ഒരിക്കൽപ്പോലും ഒരു

തുള്ളി കഴിക്കാത്ത അയാൾ മറ്റുള്ളവർക്ക് ഈ വിഷം എങ്ങനെ വിതരണം ചെയ്യും. അയാളാകെ അസ്വസ്ഥനായി. ഇവരുടെ കൂടെ കൂടിയാൽ തനിയ്ക്കും തന്റെ കുടുംബത്തെ രക്ഷിക്കാം. പക്ഷേ, എങ്ങനെ- തന്റെ മനസ്സൊട്ടും ഇങ്ങനെ ഒരു ജോലി ഏറ്റെടുക്കാൻ തയ്യാറാവില്ല എന്ന നഗ്നസത്യം അയാൾ തിരിച്ചറിഞ്ഞു. കൂട്ടുകാര നോടു യാത്രയും പറഞ്ഞ് അയാൾ അവിടെനിന്നും യാത്രയായി വീട്ടിൽ തിരിച്ചെത്തി.

വീണ്ടും പല ജോലികൾക്കും അയാൾ അന്വേഷിച്ചു പോയെ ങ്കിലും ഒന്നും ശരിയായി വന്നില്ല. കോടതിയിലെയും കലക്ട്രേറ്റി ലെയും ഡ്രൈവർ ജോലിക്കുള്ള ഇന്റർവ്യൂ കഴിഞ്ഞിരുന്നെങ്കിലും അതിന്റെ ഒരു വിവരവും ലഭിച്ചിരുന്നുമില്ല. കഷ്ടകാലം എന്നല്ലാതെ എന്തു പറയാൻ- ദുരിതങ്ങളുടെ അകമ്പടിയോടെ രണ്ടുമൂന്നാഴ്ച കൾ വീണ്ടും കഴിഞ്ഞു. ഒരു ദിവസം കോടതിയിൽനിന്നും ആമീൻ വരികയും വാതിൽപ്പടിയിൽ ഒരു നോട്ടീസ് പതിക്കുകയും ചെയ്തു. ഒരു ജപ്തിനോട്ടീസായിരുന്നു അത്. രണ്ടു മാസത്തിനുള്ളിൽ ബേങ്കിൽ അടയ്ക്കാനുള്ള കുടിശ്ശികപ്പണം അടച്ചില്ലെങ്കിൽ വീടും പറമ്പും ജപ്തിചെയ്യുമെന്നായിരുന്നു ആ നോട്ടിസിലുണ്ടായിരുന്നത്. അയാൾക്കുറക്കം നഷ്ടപ്പെട്ടു. എപ്പോഴും അയാളുടെ മനസ്സിൽ അമ്മയ്ക്കും ഭാര്യക്കും പിഞ്ചു കുഞ്ഞുങ്ങൾക്കും ഒപ്പം മഴയോ വെയിലോ ഒന്നും പ്രശ്നമാക്കാതെ തെരുവിലൂടെ നടന്നുനീങ്ങുന്ന എവിടേയും ഒരാശ്രയമില്ലാതെ ഒരവസാനവുമില്ലാതെ അലഞ്ഞു തിരിയുന്ന ഒരു ചിത്രമായിരുന്നു. ഈ പ്രതിസന്ധിയെ എങ്ങിനെ നേരിടും എന്ന ചിന്ത അയാളെ സദാസമയവും അലട്ടിക്കൊണ്ടി രുന്നു. ഗത്യന്തരമില്ലാതെ അയാൾ സുഹൃത്തിന്റെ അരികിലെത്തി. ആ ജോലിയിൽ പ്രവേശിച്ചു.

അഞ്ചാറു മാസം പ്രശ്നങ്ങളൊന്നുമില്ലാതെ കഴിഞ്ഞു. രണ്ടു തവണകളായി കുറച്ചു പണം അയാൾ ബേങ്കിലടച്ചു തല്ക്കാലം ജപ്തിയിൽനിന്നും രക്ഷപ്പെട്ടു. ഒരു ദിവസം കൂട്ടുകാരൻ ചാരായം നിറച്ച വലിയ ബാഗുമായി വീട്ടിൽ വന്നു. തനിക്ക് അത്യാവശ്യ മായി ഒരിടംവരെ പോകേണ്ടതുണ്ടെന്നും ഇന്ന് ഈ ബേഗ് നീ കൈകാര്യം ചെയ്യണമെന്നും പറഞ്ഞ് ധൃതിയിൽ നടന്നകന്നു. അര മണിക്കൂർ കഴിഞ്ഞില്ല. എക്സൈസുകാരുടെ വണ്ടി വീട്ടുമുറ്റത്തു വന്നുനിന്നു. അതിൽനിന്നും നാലഞ്ചുപേർ ഇറങ്ങി മുറ്റത്തു വന്നു

നിന്നു. അവരന്വേഷിച്ചുവന്ന തൊണ്ടിമുതൽ തെളിവുസഹിതം അവരുടെ മുന്നിൽ ഞെളിഞ്ഞുനിന്നു. ഉദ്യോഗസ്ഥർ ചോദ്യം ചെയ്യലായി. അയാളെ അറസ്റ്റുചെയ്തു കൊണ്ടുപോകാനുള്ള ഒരുക്കമാണെന്നു കണ്ടപ്പോൾ അമ്മയും ഭാര്യയും അവരുടെ മുന്നിലെത്തി കൊണ്ടുപോകരുതെന്നു യാചിച്ചു കരഞ്ഞു. എന്നിട്ടും മനസ്സലിവു കാട്ടാത്ത അവരെ നോക്കി ഭാര്യ പറഞ്ഞു- സാർ ഞങ്ങളുടെ അപേക്ഷ നിങ്ങൾ സ്വീകരിച്ചില്ലെങ്കിൽ മരണമല്ലാതെ വേറൊരു പോംവഴിയും ഞങ്ങളുടെ മുന്നിലില്ല. ഈ കുഞ്ഞുങ്ങളുടെയും അമ്മയുടേയും എന്റെയും മരണവാർത്തയാകും സ്റ്റേഷനിലെത്തും മുമ്പേ നിങ്ങൾക്ക് കേൾക്കേണ്ടി വരിക. സത്യമാണ് സാർ ജീവിക്കാൻ ഒരു മാർഗ്ഗവും മുന്നിൽ കാണാത്തതുകൊണ്ടാണ് സാർ, ഞങ്ങളോടു ദയവു കാട്ടണം, രക്ഷിക്കണം സാർ. അമ്മയുടേയും ഭാര്യയുടേയും നെഞ്ചുപൊട്ടിയുള്ള കരച്ചിലും അതുകേട്ടു കരയുന്ന പിഞ്ചു കുഞ്ഞുങ്ങളും. ആകപ്പാടെ ഒരു വിലാപത്തിന്നുള്ളിൽ അകപ്പെട്ട ആ ഉദ്യോഗസ്ഥമേധാവിക്ക് തന്റെ മനസ്സാക്ഷിക്ക് വിരുദ്ധമായി ഒന്നും പ്രവർത്തിക്കാൻ കഴിയാത്തതിനാൽ അയാൾ പറഞ്ഞു- എനിയ്ക്ക് നിയമപരമായി ഒന്നും ചെയ്യാൻ കഴിയില്ല. പക്ഷേ, ഇതുവരെ ഞാൻ നിലനിർത്തിപ്പോന്ന ജോലിയോടുള്ള ആത്മാർത്ഥയ്ക്ക് അല്പം പോറൽ ഏല്ക്കുമെങ്കിലും ഞാൻ പറയുന്നു നിങ്ങൾ ഈ സ്ഥലത്തുനിന്നും എങ്ങനെയെങ്കിലും ഓടി രക്ഷപ്പെട്ടോളൂ... നിങ്ങളെ പിടികിട്ടിയില്ല എന്നു ഞാൻ റിപ്പോർട്ടു ചെയ്യാം. ജാമ്യാപേക്ഷയുമായി നിങ്ങൾ കോടതിയിൽ ഹാജരായാൽ മതി.

അയാൾ വീടിന്നു പുറകുവശം വഴി ഓടി അപ്രത്യക്ഷനായി. ഉദ്യോഗസ്ഥർ തിരിച്ചുപോയി. ജാമ്യാപേക്ഷ നല്കി. ഇന്നത്തേക്കാണ് അയാളുടെ കേസ് വെച്ചത്. അതിനാലാണയാൾ ഇന്നു കോടതിയിലെത്തിയത്. നിങ്ങളെ മജിസ്ട്രേട്ട് വിളിക്കുന്നു- ആരോ പറയുന്നതു കേട്ട് അയാൾ ചിന്തയിൽനിന്നും ഞെട്ടിയുണർന്നു. അയാൾ വേഗം എഴുന്നേറ്റ് കോടതിക്കകത്തേയ്ക്കു നടന്നു. വേവലാതിയോടെ അയാളുടെ മനസ്സ് മന്ത്രിച്ചു ഇന്നാണ് തന്റെ വിധി നിർണയിക്കുന്നത്. എന്താവും ആ വിധി. അയാൾ അകത്തു കടന്നപ്പോൾ അറസ്റ്റു ചെയ്യാതെ തന്നെ രക്ഷപ്പെടുത്തിയ ഉദ്യോഗസ്ഥൻ അവിടെ നില്ക്കുന്നുണ്ടായിരുന്നു. അയാളേയും കൂട്ടി ആ ഉദ്യോഗ

സ്ഥൻ മജിസ്ട്രേട്ടിന്നരികിലേക്കു നടന്നു. മജിസ്ട്രേട്ടിനു മുന്നിൽ ഭവ്യതയോടെ നിന്ന അയാളെ നോക്കി മജിസ്ട്രേട്ട് പറഞ്ഞു- യഥാർത്ഥ പ്രതി കോടതിയിൽ സ്വയം കുറ്റം സമ്മതിച്ചതിനാൽ താങ്കളെ കേസിൽ നിന്നും മുക്തനാക്കിയിരിക്കുന്നു. കേട്ടതു വിശ്വ സിക്കാനാവാതെ അയാൾ നിർനിമേഷനായി മജിസ്ട്രേട്ടിനെ നോക്കിനിന്നു. അപ്പോഴാണ് മജിസ്ട്രേട്ടിന്നരികെ തല കുനിച്ചു നില്ക്കുന്ന തന്റെ സുഹൃത്തിനെ കണ്ടത്. അയാളുടെ നോട്ടം സുഹൃ ത്തിലായി. സുഹൃത്ത് മെല്ലെ തലയുയർത്തി സൗഹൃദവും സ്നേഹവും നിറഞ്ഞ ഒരു പുഞ്ചിരി സുഹൃത്തിന്റെ മുഖത്തു തെളി ഞ്ഞുനിന്നു. മെല്ലെ തലയാട്ടി പോകാനുള്ള അനുമതിയും അയാൾക്കു നല്കി. അയാളുടെ മനസ്സു മന്ത്രിച്ചു- പ്രിയസുഹൃത്തേ ആപത്തിൽപ്പെട്ട കൂട്ടുകാരനെ രക്ഷിച്ച നീയാണ് യഥാർത്ഥ ചങ്ങാതി. നിന്റെ സത്യസന്ധത രക്ഷിച്ചത് എന്നെ മാത്രമല്ല, എന്റെ ഭാവിയും എന്റെ കുടുംബത്തേയുമാണ്. നന്ദി കൂട്ടുകാരാ, നന്ദി ഒരാ യിരം.

അയാൾ മെല്ലെ നടക്കാൻ തുടങ്ങിയപ്പോൾ മജിസ്ട്രേട്ട് പറഞ്ഞു- അന്നു നിന്നെ രക്ഷിച്ച ഈ ഉദ്യോഗസ്ഥനില്ലേ അദ്ദേഹമാണ് നിന്റെ സത്യസന്ധതയെക്കുറിച്ചും സന്മനസ്സിനെക്കുറിച്ചും ജീവിതസാഹ ചര്യത്തെക്കുറിച്ചും ഞങ്ങളോടു പറഞ്ഞത്. നിന്റെ സത്യസ ന്ധതയ്ക്കും സന്മനസ്സിനും ഉള്ള ഒരു സമ്മാനം ഡ്രൈവർ ജോലി ക്കുള്ള അപ്പോയ്മെന്റ് ഓർഡർ അതിപ്പോൾ നിന്റെ വീട്ടിൽ എത്തി യിട്ടുണ്ടാകും. ഇനി ഇങ്ങനെ ഒരു കെണിയിൽ ഒന്നും ചെന്നുപെ ടാതെ സൂക്ഷ്മതയോടെ ജീവിക്കണം. ഇത് നിന്റെ പുനർജന്മമാ ണ്. മജിസ്ട്രേട്ടിന്റെ വാക്കുകളാകുന്ന തേൻതുള്ളികൾ കാതിൽ വന്നലയ്ക്കവേ സന്തോഷാധിക്യത്താൽ അയാളുടെ കണ്ണിൽനിന്നും കണ്ണുനീർ ധാരധാരയായി പ്രവഹിക്കാൻ തുടങ്ങി. ശരിക്കും പറ ഞ്ഞാൽ തേങ്ങിക്കരഞ്ഞു. കൂപ്പുകൈകളോടെ, ഭവ്യതയോടെ അയാൾ അവർക്കു മുന്നിൽ നിന്നു. അയാളുടെ രക്ഷകരായി വലി യൊരു കെണിയിൽനിന്നും തന്നെ രക്ഷപ്പെടാൻ സഹായിച്ച, ദയാ വായ്പും കരുണയും സന്മനസ്സുമുള്ള മുഖങ്ങൾ, ഓരോന്നോരോ ന്നായി അയാളുടെ മനസ്സിൽ തെളിഞ്ഞുവന്നു. തന്റെ നിസ്സഹായ വസ്ഥയിൽ തന്നെ സഹായിച്ച എക്സൈസ് ഓഫീസർ, തനിക്ക് ജോലി കിട്ടാൻ നിമിത്തമായ മജിസ്ട്രേട്ട്, കേസിൽ നിന്നും തന്നെ

നിരുപാധികം ഒഴിവാക്കിത്തന്ന വക്കീൽ, തന്റെ കൂട്ടുകാരൻ, ഇവരെല്ലാം തന്റെ കൺമുന്നിൽ മന്ദഹസിച്ച് മാർഗ്ഗദീപമായി നില്ക്കേ അയാളുടെ മനസ്സ് അവർക്കെല്ലാം ആയിരം വട്ടം നന്ദി പറഞ്ഞു. ഇവരുടെയെല്ലാം മനസ്സിൽ ദയയും ദാക്ഷിണ്യവും കരുണയും നിറച്ച, കുറെയേറെ ദുരിതങ്ങൾ തന്ന് പരീക്ഷിച്ച് ഒടുവിൽ തന്നെ നെഞ്ചോടു ചേർത്തു നിർത്തി അനുഗ്രഹിച്ച സർവ്വശക്തനായ ഈശ്വര ചൈതന്യത്തിനു മുന്നിൽ ഭക്തിപൂർവം വണങ്ങി കണ്ണുകളടച്ചു കൈകൂപ്പി ധ്യാനനിമഗ്നനായി അയാൾ നിന്നു.

ഓർമ്മച്ചിത്രങ്ങൾ

സ്കൂളിൽ പോകേണ്ട സമയമായിട്ടും ഒരുങ്ങാൻ അവൾക്ക് തോന്നിയില്ല. അവളുടെ മനസ്സിൽ കൊമ്പൻ മീശയുള്ള ഒരു മുഖവും കയ്യിൽ ചൂരൽ വടിയുമായി ക്ലാസിലേക്കു വരുന്ന അവളുടെ കണക്കധ്യാപകനായിരുന്നു. 6 മുതൽ 10 വരെയുള്ള ഗുണനപട്ടിക പഠിച്ചുവരാനായിരുന്നു അധ്യാപകൻ പറഞ്ഞത്. കഴിഞ്ഞ ദിവസം 2 മുതൽ അഞ്ചുവരെയായിരുന്നു. എല്ലാം നല്ലവണ്ണം പഠിച്ചാലും ആ അധ്യാപകൻ അടുത്തുവന്നു ചൊല്ലിക്കുമ്പോൾ എന്തോ ഒരങ്കലാപ്പ് മനസ്സിൽ വന്നു കേറും. പിന്നെ തെറ്റാതിരിക്കില്ല. കഴിഞ്ഞ ദിവസം എന്തോ ഒരു ചെറിയ തെറ്റ് വന്നതിനു നല്ല ഒരടി കിട്ടിയതാണ്. ഇന്നാണെങ്കിൽ ആറു മുതൽ പത്തു വരെയുള്ള ഗുണനപട്ടിക മനഃപാഠവുമാണ്. പക്ഷേ, തെറ്റിപ്പോകുമോ എന്ന ഭയം മനസ്സിനെ അലട്ടുന്നു.

"മോളിവിടിരിക്യാ സ്കൂളിൽ പോകണ്ടേ." ഞാനിന്നു പോണില്ല എന്നു ചേച്ചിയോടു പറഞ്ഞാൽ കാരണം ചോദിക്കും. അധ്യാപകന്റെ കൈവശമുള്ള ചൂരൽവടിയുടെ പ്രഹരമാണെന്നറിഞ്ഞാൽ അച്ഛൻ ഇടപെട്ടാലോ, അധ്യാപകനോടു പറഞ്ഞാലോ. ചൂരൽവടിയേയും കൊമ്പൻമീശയേയും പേടിയുണ്ടെങ്കിലും ആ അധ്യാപകനെ ഉള്ളിന്റെ ഉള്ളിൽ സ്നേഹവും ബഹുമാനവുമാണ്. അവൾ ഭയക്കുന്നത് ചൂരൽവടിയെയാണല്ലോ.

ഇടവഴിയാണ് സ്കൂളിലേക്കുള്ള നടപ്പാത. ഇടവഴിയിലൂടെ കുറെ നടന്നാൽ കുറെ സ്റ്റെപ്പുകൽ മുകളിലോട്ടു കയറണം. മഴ പെയ്താൽ ഇടവഴി നിറയെ മുട്ടിനോളം വെള്ളമുണ്ടാകും. അപ്പോഴൊക്കെ ചേച്ചിയാണ് സ്കൂളിലെത്തിക്കുക. ചേച്ചിയുടെ നിർബന്ധപ്രകാരം അവൾ ഉടുത്തൊരുങ്ങി ചേച്ചിയുടെ കൂടെ സ്കൂളിലേക്കു നടന്നു. ഇടവഴികളിൽ വെള്ളമുണ്ടായിരുന്നു. ആ മൂന്നാംക്ലാസുകാരിയെ ചേച്ചി എടുത്ത് സ്കൂളിലേക്കുള്ള സ്റ്റെപ്പുകൾ കയറ്റി അവളുടെ ക്ലാസ് റൂമിനടുത്തെത്തിച്ചു തിരിച്ചുപോയി. ക്ലാസിലേക്കു കയറിയപ്പോൾ അവൾ കണ്ടത് എല്ലാവരും തകൃതി പിടിച്ച് ഗുണനപ്പട്ടിക ചൊല്ലു

ന്നതാണ്. അവളും പുസ്തകസഞ്ചി നിലത്തു വെച്ച് അവളുടെ ഇരിപ്പിടത്തിൽ ഇരുന്നു വായന തുടങ്ങി. ബെല്ലടിച്ചു. എല്ലാവരും പുസ്തകം മടക്കിവെച്ചു നിശ്ശബ്ദരായി ഇരുന്നു. ക്ലാസ് ടീച്ചറെ അവർക്കെല്ലാം വലിയ ഇഷ്ടമാണ്. ചിരിച്ചുകൊണ്ടേ സംസാരിക്കൂ. ശകാരിക്കില്ല. മലയാളം പഠിപ്പിക്കുന്നത് ടീച്ചറാണ്. ടീച്ചർ ക്ലാസിൽ വന്നു. എല്ലാവരും എഴുന്നേറ്റു നിന്നു നമസ്തേ പറഞ്ഞു. ടീച്ചറും അവർക്ക് നമസ്തേ പറഞ്ഞ് ഇരിക്കാനുള്ള അനുമതി നല്കി. ഹാജറെടുത്ത ശേഷം ടീച്ചർ കഴിഞ്ഞ ക്ലാസിൽ പഠിപ്പിച്ച വാക്കുകൾ എഴുതിച്ചു. മുഴുവൻ ശരിയായവർക്ക് അഭിനന്ദനം. മുഴുവൻ ശരിയാകാത്തവരെക്കൊണ്ട് തെറ്റിച്ചെഴുതിയ വാക്കുകൾ പത്തു പ്രാവശ്യം എഴുതിച്ചു. ഇനി പുതിയ പാഠം തുടങ്ങാം. ടീച്ചർ പാഠത്തിന്റെ പേരു പറഞ്ഞു. “കുഞ്ഞിരാമന്റെ പൊടിക്കൈ.” രസകരമായ ഒരു കഥ പൊടിപ്പും തൊങ്ങലും വെച്ച് ആ കഥയുടെ ഏകദേശ രൂപം ക്ലാസിൽ അവതരിപ്പിക്കാൻ ശ്രമിക്കവേ ബെല്ലടിച്ചു. കുഞ്ഞിരാമന്റെ സദ്ഗുണങ്ങളും മറ്റുള്ളവരെ സഹായിക്കാനുള്ള അവന്റെ വ്യഗ്രതയും ടീച്ചർ വിവരിച്ചു.

ബെല്ലടിച്ചു ടീച്ചർ ക്ലാസിൽ നിന്നിറങ്ങിയതോടെ സദ്സ്വഭാവിയായ കുഞ്ഞിരാമനു പകരം അവരുടെ മുന്നിൽ നിറഞ്ഞു നിന്നത് കൊമ്പൻ മീശയും ചൂരൽവടിയുമായിരുന്നു. അടുത്ത പിരീഡാണ് കണക്ക്. എല്ലാവരും വ്യഗ്രതയോടെ ഗുണനപ്പട്ടിക പഠിക്കാൻ തുടങ്ങി. ഒരുവിധം ഭംഗിയായി ചൊല്ലാൻ എല്ലാവർക്കും അറിയാമായിരുന്നെങ്കിലും മാഷിന്റെ ചൂരൽ കഷായത്തിന്റെ കയ്പ്പുരസം തീർത്താൽ തീരാത്ത ഒരുൾഭയമായി അവരിൽ നിറഞ്ഞു. അധ്യാപകൻ ക്ലാസിലേക്കു വന്നതും അവരെല്ലാം ഭവ്യതയോടെ എഴുന്നേറ്റു നിന്നു നമസ്തേ പറഞ്ഞു. അദ്ധ്യാപകൻ ഓരോരുത്തരെ മേശക്കരികിലേക്കു വിളിച്ച് ഗുണനപ്പട്ടിക ചൊല്ലിക്കാൻ തുടങ്ങി. അങ്ങനെ അവളുടെ ഊഴം വന്നു. മേശക്കരികിലേക്കെത്തവേതന്നെ ഭയം അവളുടെ ശരീരത്തിലാകെ പിടികൂടി. കൈകാൽ വിറയ്ക്കാനും ശബ്ദം ഇടറാനും തുടങ്ങി. എങ്ങനെയോ 6 ഉം 7 ഉം അവൾ ഒപ്പിച്ചു. ഒരെട്ടെട്ട്, ഈരെട്ട് പതിനാറ്, മൂവെട്ട് മൂവെട്ട് അവൾ വിയർക്കാൻ തുടങ്ങി. ഒരക്ഷരവും നാവിനെ സ്വാധീനിക്കാതെയായി. അധ്യാപകന്റെ ചൂരൽ തന്റെ നേരെ ഉയർന്നുവരുന്നതായി അവൾക്കു തോന്നി. പെട്ടെന്നവൾ തളർന്നു വീഴാൻ തുടങ്ങി.

പരിഭ്രമിച്ച അധ്യാപകൻ അവളെ താങ്ങി ബെഞ്ചിലിരുത്തി. അപ്പോഴേയ്ക്ക് കുട്ടികൾ ബെഞ്ചിൽനിന്നെഴുന്നേറ്റു. അധ്യാപകൻ അവളെ ബെഞ്ചിൽ കിടത്തി. വിവരമറിഞ്ഞ ക്ലാസ് ടീച്ചർ തിടുക്കപ്പെട്ടോടി വന്നു അവളുടെ അടുത്തിരുന്നു. തലയിൽ തലോടി മെല്ലെ അവളെ വിളിച്ചു. സ്നേഹവും വാത്സല്യവും നിറഞ്ഞു കവിയുന്ന വിളിമൊഴികൾ അവളുടെ കാതുകളിൽ പതിഞ്ഞു. അവൾ മെല്ലെ കണ്ണു തുറന്നു. ടീച്ചർ അവളെ പിടിച്ചെഴുന്നേല്പിച്ചിരുത്തി തന്റെ നെഞ്ചോടു ചേർത്തു. ക്ലാസിൽ എല്ലാ വിഷയത്തിനും ഒന്നാം സ്ഥാനം അവൾക്കായിരുന്നു. ടീച്ചർക്കവൾ ഒരു മിടുക്കിക്കുട്ടിയായിരുന്നു. അതുകൊണ്ടുതന്നെ ടീച്ചറുടെ സ്നേഹവും കരുതലും എന്നും അവൾക്കൊപ്പമുണ്ടായിരുന്നു. എട്ടിന്റെ ഗുണനപ്പട്ടിക ചൊല്ലാൻ കഴിയാതെ പരിഭ്രമിച്ച് വിഷമിച്ചാണവൾ കുഴഞ്ഞുവീണതെന്നറിഞ്ഞപ്പോൾ ടീച്ചർക്ക് അത്ഭുതമായി. കുട്ടികളെ വിളിച്ചന്വേഷിച്ചപ്പോഴാണ് ആ അധ്യാപകൻ ചെറിയ തെറ്റിനു പോലും കുട്ടികളെ തല്ലുമെന്നും ആ അധ്യാപകൻ കുട്ടികൾക്കൊരു പേടിസ്വപ്നമാണെന്നും ടീച്ചററിയുന്നത്. അടിച്ചും പേടിപ്പിച്ചുനിർത്തിയുമാണെങ്കിലും താൻ പഠിപ്പിക്കുന്ന സബ്ജറ്റ് കുട്ടികൾ നല്ലവണ്ണം പഠിക്കണമെന്നും കുട്ടികളുടെ നന്മമാത്രമാഗ്രഹിക്കുന്ന ആ പാവം അദ്ധ്യാപകൻ താൻ കുട്ടികൾക്കൊരു പേടിസ്വപ്നമായി മാറുമെന്ന് സ്വപ്നേപി വിചാരിച്ചിരുന്നില്ല. അവളോർത്തു ശരിയാണ് അറുപത്തിരണ്ട് വർഷങ്ങൾ കഴിഞ്ഞു പോയിട്ടും ആ അധ്യാപകന്റെ മുഖവും ചൂരൽവടിയും തന്റെ മനസ്സിൽ ഭയാനകമായ ഒരു ഭീതിയായി ഇന്നും നിലനില്ക്കുന്നില്ലേ?

ചിത്രശലഭങ്ങൾ കരയാറില്ല

ബെല്ലടിച്ചു. കുട്ടികൾ ക്ലാസിൽ കയറി ഇരുന്നു. രണ്ടാംക്ലാസിലാണ് അവൾ പഠിക്കുന്നത്. പ്രാർത്ഥനാബെൽ മുഴങ്ങിയപ്പോൾ കുട്ടികൾ എല്ലാം എഴുന്നേറ്റു നിന്നു. നീളമുള്ള ഒരു ഹാളിലാണ് ഒന്നു മുതൽ ഏഴുവരെയുള്ള ക്ലാസുകൾ തട്ടികകളോ മറകളോ ഒന്നുമില്ലാത്ത ഒരു ഹാൾ.

ക്ലാസിനനുസരിച്ച് ബെഞ്ചുകൾ ചിട്ടപ്പെടുത്തി ഇരിക്കുന്നു എന്നു മാത്രം. ഏഴാം ക്ലാസിലുള്ള രണ്ടുപേർ ക്ലാസിലെ അധ്യാപകന്റെ മേശക്കരികേ വന്നു നിന്ന് പ്രാർത്ഥനാഗീതം ചൊല്ലും. പ്രാർത്ഥനാഗീതം കഴിഞ്ഞാൽ ഒരു ബെല്ലടിക്കും. പ്രാർത്ഥനാഗീതം അവസാനിച്ച ബെൽ അടിച്ചതോടെ കുട്ടികളെല്ലാം ഇരുന്നു. രണ്ടാം ക്ലാസിലെ ക്ലാസദ്ധ്യാപകൻ എത്താത്തതിനാൽ ആ കുട്ടികൾ ആകെ അക്ഷമരായി. അടുത്ത ക്ലാസിലെല്ലാം ഹാജർവിളികൾ ആരംഭിച്ചു. ക്ലാസ് ടീച്ചർ ഇന്നു വരില്ല എന്നവർക്കുറപ്പായി. രണ്ടു വശങ്ങളിൽ ആൺകുട്ടികളും മേശക്കു മുന്നിലുള്ള ബെഞ്ചുകളിൽ പെൺകുട്ടികളുമായിരുന്നു. ഒരു നിമിഷവും വെറുതെ ഇരിക്കാൻ വൈമനസ്യമുള്ള ഒരു വിദ്വാൻ എഴുന്നേറ്റു പറഞ്ഞു- "നമുക്ക് തൊട്ട് ഓടിക്കളിക്കാം." ഒരു കുട്ടി എതിർവശത്തുള്ള ഏതെങ്കിലും കുട്ടിയെ ഓടിപ്പോയി തൊടുക എന്നിട്ട് തന്റെ സീറ്റിൽ വന്നിരിക്കുക. പിന്നെ എതിർവശത്തുള്ള ഒരു കുട്ടി ഓടിവന്ന് ഈ വശത്തുള്ള കുട്ടിയെ തൊടുക. ഇതാണ് തൊട്ട് ഓടിക്കളി.

അങ്ങനെ കളി ആരംഭിച്ചു. കൂടെ ബഹളവും. പെൺകുട്ടികൾ കാഴ്ചക്കാരായി. ശബ്ദമുഖരിതമായ അന്തരീക്ഷം. സഹികെട്ട മൂന്നാം ക്ലാസിലെ ക്ലാസ് അധ്യാപകൻ രണ്ടാം ക്ലാസിലേക്കു കടന്നുവന്നു. അധ്യാപകന്റെ പ്രവേശനത്തോടെ കുട്ടികളെല്ലാം നിശ്ശബ്ദരായി എഴുന്നേറ്റു നിന്നു നമസ്തേ പറഞ്ഞു. അവരോട് ഇരിക്കാൻ പറഞ്ഞു പ്യൂൺ കൊണ്ടുവന്ന ഹാജർ പട്ടിക എടുത്തു ഹാജർ വിളിച്ചു. എല്ലാവരും ക്ലാസിൽ ഓടിക്കളിക്കാതെ നല്ല കുട്ടികളായി ക്ലാസിൽ ഇരിക്കണമെന്ന് അധ്യാപകൻ പറഞ്ഞപ്പോൾ കളിയുടെ

നേതാവ് പറഞ്ഞു "ഞങ്ങൾ പുറത്തിറങ്ങി കളിക്കട്ടെ സാർ." വലിയ വീതിയുള്ള ഒരു തോടിന്റെ കരയിലാണ് സ്കൂൾ. തോടു കടന്നാണു സ്കൂളിലേക്കു പ്രവേശിക്കുക. തെങ്ങിന്റെ മൂന്നാല് കഷ്ണങ്ങൾ നിരത്തിയിട്ടാണ് പാലം പണിതത്. അതിലൂടെ നടന്നാണ് സ്കൂളിലേക്കു പ്രവേശിക്കുക. മഴക്കാലത്തിന്റെ അവസാനഘട്ടമായതിനാൽ തോട്ടിൽ വെള്ളം കൂടുതലുണ്ടായിരുന്നില്ല. തോട്ടിൻകരയിൽ സ്കൂളിന്നു മുന്നിലായി പടർന്നുപന്തലിച്ചു കിടക്കുന്ന ഒരു മാവുണ്ട്. ചിലപ്പോൾ കുട്ടികളെ അവിടെ ഇരുത്തി ക്ലാസ് എടുക്കാറുണ്ട്. അധ്യാപകൻ പറഞ്ഞു "നിങ്ങൾ ആ മാവിൻചുവട്ടിൽ പോയിരുന്നോളൂ. അവിടെ ഇരുന്നു കളിക്കാം. പക്ഷേ, ആരും തോട്ടിലിറങ്ങരുത്." അധ്യാപകൻ കുട്ടികളെ വരിവരിയായി നിർത്തി മാവിൻചുവട്ടിലെത്തിച്ചു. മാവിൻചുവട്ടിൽ നിരന്നുകിടക്കുന്ന വേരുകളിൽ കുട്ടികൾ സ്ഥാനംപിടിച്ചു. പ്യൂണിനെ അവരുടെ ചുമതല ഏല്പിച്ച് അധ്യാപകൻ ക്ലാസിലേക്കു പോയി.

പ്യൂണിന്റെ അനുവാദത്തോടെ അവർ മാവിലകൾ പെറുക്കി തോട്ടിലേക്കെറിഞ്ഞു. കൂട്ടത്തോടെ മത്സരബുദ്ധിയോടെ ഒഴുകി ഒഴുകി മുന്നോട്ടു കുതിക്കുന്ന മാവിലകളെ ആനന്ദനിർവൃതിയോടെ അവർ നോക്കിനിന്നു. നിറഞ്ഞ പുഞ്ചിരിയോടെ മാവിലകൾക്ക് പ്രോത്സാഹനം കൊടുക്കും മട്ടിൽ അവർ കൈകൾ കൊട്ടിക്കൊണ്ടിരുന്നു. ഇങ്ങനെയൊരവസരം അവർക്കൊരിക്കലും കിട്ടിയിട്ടുണ്ടായിരുന്നില്ല. പ്യൂണിന്റെ സഹായത്തോടെ കൊച്ചു പേപ്പറുകൾ സംഘടിപ്പിച്ച് തോണിയുണ്ടാക്കി അതും തോട്ടിലേക്കൊഴുക്കി വിട്ടു. അവരുടെ മുഖങ്ങളിൽ സന്തോഷപ്പൂത്തിരികൾ തെളിഞ്ഞു കത്തി. അപ്പോഴാണ് കളിനേതാവിനൊരാഗ്രഹം തോട്ടിലിറങ്ങി കാലും മുഖവും ഒന്നു കഴുകണം.

പ്യൂണിന്റെ അനുവാദത്തോടെ തോട്ടിലേക്കിറങ്ങുന്ന പാതയിലേയ്ക്കു കാൽ വെച്ചതും ഒരു കല്ലിൽ ചവിട്ടി കാൽ തെറ്റി വീണതും ഒരു നിമിഷനേരംകൊണ്ട് കഴിഞ്ഞു. അവന്റെ അയ്യോ അമ്മേ എന്ന ആർത്തനാദം കുട്ടികളിൽ ഭയാനകമായ ഒരു ഭീതിയാണുണ്ടാക്കിയത്. പ്യൂൺ അവനെ പിടിച്ചെഴുന്നേല്പിച്ചപ്പോഴും അവൻ വലിയ വായിൽ കരയുന്നുണ്ടായിരുന്നു. അവന്റെ കാൽമുട്ടിൽനിന്നും അല്പം ചോരയും പൊടിയുന്നുണ്ടായിരുന്നു. അതു കണ്ടതും കുട്ടികളെല്ലാവരും ക്ലാസിലേക്കോടിക്കയറി അവരവരുടെ സീറ്റിലിരുന്നു.

കുട്ടികളുടെ ധൃതിപിടിച്ചുള്ള ഓട്ടവും ഭീതികലർന്ന അവരുടെ മുഖ ഭാവവും കണ്ടപ്പോൾ അധ്യാപകൻ അന്ധാളിച്ചു. വേഗം പുറത്തേക്കിറങ്ങി നോക്കിയപ്പോൾ കണ്ടത് പ്യൂൺ ഒരു കുട്ടിയേയും കൈപിടിച്ചു കൂട്ടിക്കൊണ്ടു വരുന്നതായിരുന്നു.

അധ്യാപകൻ ധൃതിപിടിച്ച് അവർക്കരികിലെത്തി. എന്തുപറ്റിയെന്ന അധ്യാപകന്റെ ചോദ്യം കേട്ടതും അവന്റെ കരച്ചിലിനു ശക്തികൂടി. പ്യൂൺ വേഗം അവന്റെ കാൽമുട്ടും കൈമുട്ടും കഴുകിത്തുടച്ച് ഏതോ ഒരു പച്ചിലമരുന്നു ചുരുട്ടിപ്പിഴിഞ്ഞ് അതിന്റെ നീരെടുത്ത് മുറിയിൽ പുരട്ടി. അധ്യാപകൻ അവന്റെ കൈ പിടിച്ച് അവനേയും കൊണ്ട് ക്ലാസിൽ കയറി. അപ്പോഴും കുട്ടികളുടെ മുഖത്ത് പേടിയും ദുഃഖവും ഘനീഭവിച്ച് മേഘാവൃതമായ ആകാശംപോലെ ശോകച്ഛായ ആവരണം ചെയ്യപ്പെട്ടിരുന്നു. അധ്യാപകൻ കുട്ടിയെ ബെഞ്ചിലിരുത്തി അവന്റെ അടുത്തിരുന്നു. നിറഞ്ഞ ചിരിയോടെ കുട്ടികളോടു പറഞ്ഞു. “നോക്കൂ കുട്ടികളെ, ഇവനിപ്പോൾ വേദനയെല്ലാം മാറി. നിങ്ങൾ ഇവന്റെ ചിരി കണ്ടോ.” കുട്ടികൾ അവനെ നോക്കി. പതുക്കെ പതുക്കെ അവന്റെ ചുണ്ടുകളിൽ പുഞ്ചിരിയുടെ കുഞ്ഞോളങ്ങൾ നൃത്തംവെച്ചു. അവർ ചിരിതൂകി നില്ക്കുന്ന അധ്യാപകനേയും തങ്ങളെ നോക്കി മന്ദഹസിക്കുന്ന കൂട്ടുകാരനേയും കണ്ടു. അതു കണ്ട കുട്ടികളുടെ മുഖങ്ങളിലും പുഞ്ചിരി വിടർന്നു. നിറദീപത്തിന്റെ പ്രകാശ ജ്വാലപോലെ അവരുടെ മുഖങ്ങളും ക്ലാസ്മുറിയിൽ പ്രകാശവർണ്ണം ചൊരിഞ്ഞു.

ഇനി ഞാനും പറക്കട്ടെ

അവൾ അന്ന് ഏറെ ഉല്ലാസവതിയായിരുന്നു. മനസ്സിൽ ഒരു ഉത്സവത്തിന്റെ പ്രതീതി. റിട്ടയേർഡ് ആയിട്ടുള്ള സ്ത്രീകളുടെ ഒരു കൂട്ടായ്മ രൂപീകരിച്ചു.

അറുപതു വയസ്സിനു ശേഷവും വിശാലമായ ആകാശത്തിൽ പറന്നുല്ലസിച്ചു നടക്കുന്ന സ്വതന്ത്രരായ പക്ഷികളുടെ ഒരു സംഘടന. മാസംതോറും ഈ സംഘത്തിലുള്ള ഏതെങ്കിലും ഒരു അംഗത്തിന്റെ വീട്ടിൽ ഒത്തുചേരുക. അവിടെ എത്തിയാൽ പിന്നെ അവരുടെ ഊഴമായി. ചിരിയും നർമ്മരസം തുളുമ്പുന്ന സംസാരവും കവിത, പാട്ട്, കഥപറച്ചിൽ എന്നിവയും. പിന്നെ വീട്ടുകാരിയുടെ വക വിഭവസമൃദ്ധമായ ഭക്ഷണവും. അങ്ങനെ എല്ലാ മാസവും അവരുടെ ഉല്ലാസ ഉത്സവം ഒരു മാറ്റവുമില്ലാതെ നിർവിഘ്നം നടന്നുകൊണ്ടിരിക്കെ ആണ് എല്ലാവരുടേയും മനസ്സിലും ഭീതിയും ആശങ്കയും വളർത്തി സംഹാരതാണ്ഡവമാടാൻ കോവിഡ് എന്ന മഹാമാരിയുടെ ആഗമനം. അതോടെ എല്ലാം തീർന്നു. പക്ഷികൾ അവരുടെ ചിറകൊതുക്കി കുടുംബപരിപാലനമെന്ന ജോലിയിൽ ഒതുങ്ങി.

രണ്ടുമൂന്നു വർഷങ്ങൾക്കു ശേഷം ഇപ്പോഴാണ് അവർക്ക് അവരുടെ ഉല്ലാസ മേളകളിലേക്ക് അവസരം കിട്ടിയത്. സാധാരണ ഓരോ മാസത്തിൽ ഏതെങ്കിലും ഒരു പക്ഷിയുടെ വീട്ടിൽ സംഗമിക്കുക എന്നതായിരുന്നു പതിവ്. പക്ഷേ ഈ മാസം ഒരു പക്ഷിയുടെ മൊഴിമധുരം ഫോണിലൂടെ വന്നത് "നമുക്കൊരു ടൂർ പോയാലോ" എന്നതായിരുന്നു. ഇരുപത്തൊന്നുപേർ ഒരേ മനസ്സോടെ ആഹ്ലാദപുരസ്സരം ആ തേൻമൊഴി മധുരം നുകർന്നു. അങ്ങനെ എത്രയോ നാളുകളായുള്ള കാത്തിരിപ്പിനും തപസ്യക്കും ശേഷം നാളെയാണ് ആ യാത്രയുടെ ദിവസം. അവളാണെങ്കിൽ ഒരു വർഷക്കാലത്തോളം രോഗങ്ങളുടെ പിടിയിലായിരുന്നു. ആദ്യം കയ്യിന്റെ തോളെല്ലിനായിരുന്നു പ്രശ്നം. ആറുമാസത്തെ ചികിത്സക്കുശേഷം ഒരുവിധം ആ വേദനയെ പിടിച്ചുനിർത്തി. പിന്നെ കാൽമുട്ടിനായി വേദന.

അങ്ങനെ രോഗങ്ങളുടെ വേദനയുടെ ചങ്ങലക്കൂട്ടിൽ നിന്നും ഇപ്പോഴാണ് അവളുടെ ശരീരത്തിനും മനസ്സിനും അല്പമൊരു ആശ്വാസവും മോചനവും ലഭിച്ചത്. കഴിഞ്ഞ ദിവസം പരിശോധനക്കിടെ ഡോക്ടർ പറഞ്ഞിരുന്നു- ഇപ്പോഴുള്ള നിങ്ങളുടെ മനസ്സിന്റെ പിരിമുറുക്കത്തിൽനിന്നും രക്ഷപ്പെടാൻ ഒരു യാത്രയാണാവശ്യം. അപ്പോഴാണ് സ്നേഹത്തിന്റേയും വാത്സല്യത്തിന്റേയും നന്മയുടെയും നിറകുടങ്ങളായി അമ്മയും അമ്മമ്മമാരുമടങ്ങിയ അവളുടെ സംഘത്തിൽ നിന്നും യാത്രയ്ക്കുള്ള ഫോൺ സന്ദേശം വന്നത്. ആ ഫോൺ സന്ദേശം കണ്ടപ്പോൾ തേടിയ വള്ളി കാലിൽ ചുറ്റിയ പോലെ അവളുടെ മനസ്സ് ആഹ്ലാദനിർഭരമായി. ഫോണിൽ മെസേജുകളുടെ പ്രവാഹം കണ്ട് അവൾ ഫോണെടുത്തു നോക്കി. അതിൽ മിക്കതും നാളെ എന്തു വേഷം ധരിക്കണം എന്ന ചർച്ചയായിരുന്നു. ഭൂരിപക്ഷംപേരും ചുരിദാറിന്നു കൈപൊക്കി. അവൾ സാരി ഉപയോഗിക്കാൻ തുടങ്ങിയതു മുതൽ ഇതുവരെ സാരി തന്നെയായിരുന്നു അവളുടെ കൂട്ടുകാരി. പഴമയുടെ ആചാരങ്ങളും രീതികളും പിൻതുടർന്നു ജീവിച്ചിരുന്ന ഒരാളുടെ സഹയാത്രിക ആയിരുന്നതിനാൽ ആ വസ്ത്രം തന്നെയായിരുന്നു അവൾക്കേറെ ഇഷ്ടം. അനന്തതയിൽ എവിടെയോ മറഞ്ഞിരുന്ന് തനിക്കെന്നും കാവലായി തണലായി അദ്ദേഹത്തിന്റെ നിരീക്ഷണവലയത്തിലാണ് താനെപ്പോഴുമെന്ന ബോധം അവളിലുണ്ടായിരുന്നു. തന്റെ പെട്ടെന്നുള്ള വസ്ത്രധാരണമാറ്റം ആ മനസ്സിനെ നൊമ്പരപ്പെടുത്തിയാലോ എന്നവളറിയാതെ വ്യാകുലപ്പെട്ടു. ഏതായാലും സാരിയിൽത്തന്നെ അവളുടെ മനസ്സ് ഉറച്ചുനിന്നു.

അവൾ മനസ്സോടു ചേർത്താഗ്രഹിച്ച ആ പ്രഭാതം വന്നു. ഭൂമിയിൽ സൂര്യന്റെ പൊൻകിരണങ്ങൾ പതിക്കാൻ തുടങ്ങി. എന്നും കാണാറുള്ള കാഴ്ചയാണെങ്കിലും അന്ന് ആ കിരണങ്ങൾ ആഹ്ലാദത്തിന്റെയും ഉല്ലാസത്തിന്റേയും വർണ്ണ മയൂരങ്ങളായി അവളുടെ മനസ്സിൽ നിറഞ്ഞു തുളുമ്പി. ഒമ്പതു മണിക്കു യാത്ര ആരംഭിച്ചു. ബസ്സിൽ കയറിയതും ഒരു കരിങ്കാലികൂടി എന്ന കിളികൂജനമാണ് അവളെ സ്വാഗതം ചെയ്തത്. തെല്ലൊരമ്പരപ്പോടെയാണ് അവളത് ശ്രദ്ധിച്ചത്. പെട്ടെന്നാണവളുടെ മനസ്സിൽ സാരിയാണ് പ്രശ്നക്കാരനായ കരിങ്കാലി എന്ന കാര്യം കടന്നുവന്നത്. അവൾ ആകാംക്ഷയോടെ ബസ്സ് നിറയെ കണ്ണോടിച്ചു. ഭാഗ്യം രണ്ടുപേരുണ്ട് തന്റെ

സഹായിയായി എന്നവൾ ആശ്വാസത്തോടെ ഓർത്തു. പിന്നെ കളി തമാശകളും പറഞ്ഞ് അവരവർ പറഞ്ഞിരുന്ന സ്റ്റോപ്പിൽനിന്നും ഓരോരോ പക്ഷികൾ ചേക്കേറുന്നതും അത്യധികം ആഹ്ലാദനിർഭ രമായ അന്തരീക്ഷം സൃഷ്ടിച്ചുകൊണ്ട് ബസ്സ് മുന്നോട്ടു നീങ്ങു ന്നതും പ്രത്യേകം ഉല്ലാസം നിറഞ്ഞതും ഉന്മേഷഭരിതവുമായ മന സ്സോടെ അവൾ നോക്കിക്കണ്ടു. രണ്ടു മണിക്കൂർ നേരത്തെ ബോട്ടു യാത്ര. അതു കഴിഞ്ഞ് മേൽ പഴനി ടെമ്പിൾ. അതായിരുന്നു അവ രുടെ യാത്രയിലെ അജണ്ടകൾ. ആദ്യം ബോട്ട് യാത്ര. ബോട്ടി ലേക്കു കയറാൻ ഒരു പാലത്തിലൂടെ നടന്നു പോകുമ്പോഴാണ് ഈ സ്ഥലം ഇത്ര രമണീയവും മനോഹരവും കണ്ണിനു കുളിർമ്മ യേകുന്ന ഒരു സ്ഥലവുമാണെന്ന അറിവ് അവരിലേക്കു വന്നത്. പാറയും പാടങ്ങളും അതിനോടു തൊട്ടുരുകി ഒഴുകുന്ന പുഴയും ഹാ! എത്ര നയനാനന്ദകരമായ കാഴ്ച.

യാത്രക്കാരുടെ വരവും കാത്ത് ബോട്ടും ബോട്ടു ഡ്രൈവറും അവിടെ ഉണ്ടായിരുന്നു. ബോട്ട് പാലത്തോടടുപ്പിച്ചു പിടിച്ച് നിൽക്കുന്ന ബോട്ടുസാരഥി. എല്ലാവരും സരസമായ തമാശകളും പൊട്ടിച്ചിരികളുമായി ബോട്ടിലേക്കു കയറി. അറുപതും അറുപതിനു മുകളിലുള്ളവരെല്ലാം ആ ഗ്രൂപ്പിൽ ഉണ്ടായിരുന്നെങ്കിലും ഇതൊന്നും ഒരു പ്രായമല്ലെന്നും ജീവിതത്തെ മിനുക്കിയെടുത്ത് പ്രകാശിപ്പി ക്കാനുള്ള സമയമാണെന്നും, ഏതവസ്ഥയിലും ജീവിതത്തെ പ്രകാ ശപൂർണ്ണമായി സ്വീകരിക്കാനുള്ള ദീപ്തമായ ഒരു മനസ്സ് തങ്ങൾക്കു ണ്ടെന്നുമുള്ള ആത്മവിശ്വാസമായിരുന്നു എല്ലാവരിലും ഉണ്ടായി രുന്നത്. ആകാശത്ത് തെളിഞ്ഞുനിൽക്കുന്ന നക്ഷത്രങ്ങളെപ്പോലെ കനിവോടെ തെളിഞ്ഞു നിൽക്കാൻ തന്നെയായിരുന്നു ഗ്രൂപ്പംഗ ങ്ങളുടെ മനസ്സിലെ ആഗ്രഹവും. തീരത്തിനടുത്തുകൂടി വളരെ സാവ ധാനത്തിലാണ് ബോട്ട് പോയ്ക്കൊണ്ടിരുന്നത്. നദിയുടെ ഇരുതീ രങ്ങളിലും ഏതോ ചിത്രകാരൻ വരച്ച മനോഹരമായ ചിത്രദൃശ്യ ങ്ങൾപോലെ തെളിഞ്ഞു നില്ക്കുന്ന ഭൂപ്രകൃതി ആസ്വദിച്ചുകൊണ്ട് ബോട്ടുയാത്ര ആരംഭിച്ചു.

എല്ലാവരും നിശ്ചിത തുകയെടുത്ത് പണം സംഘടിപ്പിക്കുന്ന ഒരു പരസ്പര സഹായനിധി ഉണ്ട്. ഓരോ മാസവും നറുക്കെടുത്ത് നറുക്ക് കിട്ടുന്ന ആൾക്ക് ആ തുക സമ്മാനിക്കുക. ബോട്ടുയാത്രാ തുടക്കത്തിൽത്തന്നെ പണമെല്ലാം സ്വരൂപിച്ചു. അതിനുശേഷമാണ്

ബാക്കി കാര്യങ്ങളിലേക്കു കടന്നത്. ഐക്യമത്യം മഹാബലം എന്ന ആപ്തവാക്യത്തെ മനസാ വാചാ അംഗീകരിക്കുന്ന സംഘം ഓരോരുത്തരായി കൊണ്ടുവന്നിരുന്ന ഭക്ഷണസാധനങ്ങളും കാപ്പിയും എല്ലാവരും ഒത്തൊരുമിച്ചു അന്നപൂർണ്ണസേവ നടത്തി സംതൃപ്തരായി. അതു കഴിഞ്ഞ് എല്ലാവരുടേയും ശ്രദ്ധ പാട്ടിലായി. പാട്ടു കേൾക്കലും അറുപത് പതിനാറിലേക്കൂളിയിട്ടു കടന്നുവന്നതും എല്ലാവരും ഉല്ലാസപ്പൂത്തിരിപോൽ നിറഞ്ഞു നൃത്തമാടാൻ തുടങ്ങി. കാലിന് അല്പസ്വല്പം വേദനയുണ്ടെങ്കിലും അതെല്ലാം തല്ക്കാലം മാറ്റിവെച്ച് അവളും നൃത്തസംഘത്തിലെ അംഗമായി മാറി. അതിനുശേഷം അന്താക്ഷരിയും ഗാനമേളയും. അന്താക്ഷരി രണ്ടു ഗ്രൂപ്പുകളായി തിരിച്ചായിരുന്നു. ഒരു ഗ്രൂപ്പു പാടി കഴിഞ്ഞ് അക്ഷരം പറയുമ്പോൾതന്നെ ഞങ്ങൾ ജയിച്ചേ എന്ന കൈയ്യടിയും അന്തരാക്ഷിയെ കൂടുതൽ ആഹ്ലാദമേളയാക്കി മാറ്റി. ഗാനമേളയുടെ പ്രവാഹത്തിൽ ബോട്ടു തിരിച്ചു കരയിലെത്തിയതുപോലും ആരും അറിഞ്ഞതുപോലുമില്ല. രണ്ടു മണിക്കൂർ അവർക്ക് വെറും രണ്ടു മിനുട്ടു പോലെയാണനുഭവപ്പട്ടത്. പന്ത്രണ്ടു മണിക്ക് ബോട്ടുയാത്ര കഴിഞ്ഞു. ഭക്ഷണം അവിടെത്തന്നെ ഏല്പിച്ചിരുന്നു. ഒരു ബോട്ടിൽ തന്നെയായിരുന്നു ഭക്ഷണം കഴിക്കാനുള്ള ഏർപ്പാടുകൾ ചെയ്തിരുന്നത്. നോൺവെജില്ലാതെ ഭക്ഷണം കഴിക്കാനിഷ്ടപ്പെടാത്തവർ പോലും മൂന്നോ നാലോ ആൾക്കുവേണ്ടി പച്ചക്കറി ഭക്ഷണം ആഹ്ലാദത്തോടെയും സംതൃപ്തിയോടെയും ഭക്ഷണം കഴിക്കുന്നതു കണ്ടപ്പോൾ ഈ സംഘത്തിലുള്ളവരുടെ ഐക്യവും സ്നേഹവും അവളുടെ മനസ്സിൽ വെൺതിങ്കൾകലപോലെ മിന്നിത്തിളങ്ങി. പിന്നെ തീരുമാനിച്ച യാത്ര മേൽപഴനിയാണ്.

പഴനിമലപോലെ തന്നെ ഒരു മലയുടെ മുകളിലാണ് ഈ അമ്പലം സ്ഥിതിചെയ്തിരുന്നത്. വർണ്ണാഭമായ പൂക്കൾ വിലസിനിൽക്കുന്ന ചെടികളാൽ ആവരണം ചെയ്ത് ആരേയും ആശ്ചര്യഭരിതരാക്കുന്ന കൊത്തുപണികളാൽ നിർമ്മിതമായ വിശാലമായ ഒരമ്പലം. ഇതുപോലെ ഒരമ്പലം ഇവിടെ ഉണ്ടായിട്ടും ഇത്രയുംകാലം ഒന്നു വന്നു കാണാൻ കഴിഞ്ഞില്ലല്ലോ എന്ന വ്യഥയായിരുന്നു എല്ലാവരുടെ മനസ്സിലും. ഒരു സ്വാമിജിയുടെ വകയാണത്രെ ഈ അമ്പല നിർമ്മാണം. പന്ത്രണ്ടു മണിവരെയാണത്രെ ഇവിടുത്തെ പൂജാസമയം. അതുകൊണ്ട് ഉള്ളിൽ പ്രവേശിക്കാൻ കഴിഞ്ഞില്ല. എങ്കിലും നടന്നു

ശില്പചാതുരി വേണ്ടുവോളം ആസ്വദിച്ചു. അമ്പലത്തിന് താഴെ ഗോശാലയുണ്ട്. മറുഭാഗത്ത് മലയുടെ അടിഭാഗം വരെ സ്റ്റെപ്പുകളുണ്ട്. സ്റ്റെപ്പുകളുടെ ഇടയിൽ വിശ്രമിക്കാനുള്ള വീതിയേറിയ സ്റ്റെപ്പുകളും. താഴെനിന്ന് കുറേയേറെ സ്റ്റെപ്പുകൾ കയറി അവസാനം അമ്പലത്തിലേക്കു കയറാൻ ഒരു പതിനെട്ടു പടിയും. വിസ്തീർണ്ണങ്ങളോളം നീണ്ടുകിടക്കുന്ന ഒരു വലിയ മല. അമ്പലം നിർമ്മിക്കാൻ കുറച്ചു ഭാഗം എടുത്തെങ്കിലും ബാക്കി ഭാഗം വലിയ വലിയ വൃക്ഷങ്ങൾ തിങ്ങിഞെരുങ്ങി നില്ക്കുന്ന ഒരു ഭൂവിഭാഗം. സ്റ്റെപ്പുകൾക്കിരുഭാഗവും വൃക്ഷങ്ങളാൽ നിബിഡമാണ്. അതുകൊണ്ടുതന്നെ കുളിർമ്മയുള്ള അന്തരീക്ഷമാണ് അവിടെ. എല്ലാവരും വനഭംഗി ആസ്വദിച്ച് സ്റ്റെപ്പിൽ ഇരുന്നു. ഇളംകാറ്റിന്റെ സ്പർശനത്താൽ മെല്ലെ തലയാട്ടുന്ന വൃക്ഷശിഖരങ്ങളെ നോക്കി അവൾ ഇരുന്നു. ആരേയും വിസ്മയലോകത്തിലേക്കാനയിക്കുന്ന ആ കാഴ്ച അവളുടെ മനസ്സിനെ ഏതോ മായാപ്രപഞ്ചത്തിന്നുള്ളിലാക്കി. അവളുടെ മനസ്സ് മന്ത്രിച്ചു- തീർച്ചയായും ആ വൃക്ഷശിഖരങ്ങൾ ശിരസ്സിളക്കി തങ്ങളെ സ്വാഗതം ചെയ്തതാവാം. നിങ്ങളുടെ സാന്നിദ്ധ്യം ഞങ്ങളേറെ ഇഷ്ടപ്പെടുന്നെന്നും നിങ്ങൾ ഈ ശീതളഛായയിൽ അല്പനേരം വിശ്രമിക്കൂ എന്നു പറയാനാവുമോ അവ ശിരസ്സിളക്കുന്നത്. അവയുടെ ആഹ്വാനമോ എന്തോ ആർക്കും അവിടെനിന്ന് എഴുന്നേറ്റു പോകാൻ മനസ്സു വന്നിരുന്നില്ല. എങ്കിലും വീട്ടിൽ തിരിച്ചെത്താൻ വൈകുമല്ലോ എന്ന വേവലാതി അവരെ മനസ്സില്ലാമനസ്സോടെ എഴുന്നേല്ക്കാൻ പ്രേരിപ്പിച്ചു.

ഇനി മടക്കയാത്ര. പരസ്പര സഹായനിധിയുടെ നറുക്കു കിട്ടിയ വകയായി എന്തെങ്കിലും കഴിക്കണം എന്ന് നറുക്കിന്റെ ഉടമയുടെ നിർബ്ബന്ധത്താൽ ഒരു ജ്യൂസ് കടയിൽ കയറി. വിശാലമായ, പത്തിരുപതാൾക്ക് സുഖമായി ഇരുന്നു കഴിക്കാൻ പറ്റുന്ന അത്യാധുനിക സംവിധാനമുള്ള ഒരു കടയായിരുന്നു അത്. എല്ലാവരും ഫ്രൂട്സ് സാലഡിന് ഓർഡർ ചെയ്തു. പത്തിരുപതു മിനുട്ട് കാത്തിരിക്കേണ്ടി വന്നെങ്കിലും സംസാരവും ചിരികളുമായി ഒരു മിനുട്ടിന്റെ ദൈർഘ്യംപോലും അവർക്കനുഭവപ്പെട്ടില്ല. ഫ്രൂട്സ്സാലഡ് കഴിച്ച് എല്ലാവരും വാഹനത്തിൽ കയറി യാത്ര പുറപ്പെട്ടു. എത്രയോ നാളുകൾ കാത്തിരുന്ന് സ്വപ്നം കണ്ട യാത്രയുടെ അവസാനം. എല്ലാവരോടും യാത്രപറഞ്ഞ് വാഹനത്തിൽനിന്നിറങ്ങുമ്പോൾ മനസ്സൊന്നു

വിതുമ്പിയോ. പക്ഷേ, നിറഞ്ഞ പുഞ്ചിരിയോടെ അവൾ എല്ലാവർക്കും കൈവീശി യാത്രാനുമതി നൽകി.

ഇതുവരെ പിടികൂടിയിരുന്ന രോഗങ്ങളെല്ലാം എവിടെയോ പോയ്മറഞ്ഞെന്നും യാത്ര മനസ്സിന്നു ഒരു നവോന്മേഷം പകരാൻ കഴിഞ്ഞെന്നുമുള്ള ഒരാത്മവിശ്വാസം ഇളംതെന്നലിന്റെ കുളർമ്മ പോലെ അവളുടെ മനസ്സിലേയ്ക്കലയടിച്ചു കയറി. ഇനി ഏതു യാത്രയേയും സധൈര്യം മുന്നോട്ടു കൊണ്ടുപോകാനുള്ള ഉൾക്കരുത്ത് ഈ യാത്ര തനിക്ക് സമ്മാനിച്ചതായും ഉൾക്കുളിരോടെ അവളോർത്തു. ഇനി മുന്നിൽ വരാനിരിക്കുന്ന എല്ലാ വിഘ്നങ്ങളും തട്ടിമാറ്റി, ഉണർവ്വിന്റേയും ആത്മവിശ്വാസത്തിന്റേയും വിഹായസ്സിലേക്കു പറന്നുയരണമെന്ന് അവളുടെ മനസ്സ് പറഞ്ഞു. ഇനി മറ്റുള്ളവരേക്കാൾ ഉയരത്തിൽ പറക്കാൻ തനിക്കും കഴിയുമെന്നവൾക്കു തോന്നി. ആത്മനിർവൃതിയോടെ അവളുടെ മനസ്സ് മന്ത്രിച്ചു- ഇനി ഞാനും പറക്കട്ടെ.

ഓർമ്മകളിലൂടെ ഒരു ജൈത്രയാത്ര

അമ്മേ നമുക്കിന്നു സിനിമയ്ക്കു പോകാം എന്ന് മകൻ പറഞ്ഞപ്പോൾ അവൾ അടുക്കളയിൽ തിരക്കിട്ട ജോലിയിലായിരുന്നു. ആറരയാകുമ്പോൾ എല്ലാവരും പുറപ്പെട്ടു നില്ക്കണം ഡ്രൈവറെ ഏല്പിച്ചിട്ടുണ്ട്. ഡ്രൈവിങ് പഠിച്ച് ലൈസൻസ് എടുത്തിട്ടുണ്ടെങ്കിലും വണ്ടി ഓടിക്കാനുള്ള ധൈര്യം അവനുണ്ടായിരുന്നില്ല. അതുകൊണ്ട് യാത്ര പോകുമ്പോൾ ഡ്രൈവറെ ഏർപ്പെടുത്തുകയായിരുന്നു പതിവ്.

അവൾ അടുക്കളയിൽ ജോലിയെല്ലാം ഒതുക്കി വരാന്തയിലേയ്ക്കു വന്നു. മരുമകൾ അലക്കിയ തുണികൾ മടക്കിവെയ്ക്കുകയായിരുന്നു. കുഞ്ഞുമോൻ കളിത്തിരക്കിലാണ്. യാത്രപോവുകയാണെന്നറിഞ്ഞാൽപ്പിന്നെ അവൻ പുറപ്പെടാൻ തുടങ്ങും. പിന്നെ പോകാനുള്ള തിരക്കും വെപ്രാളവുമായിരിക്കും. അതുകൊണ്ട് അവസാന നിമിഷം മാത്രമേ അവനെ കാര്യം ധരിപ്പിക്കാറുള്ളൂ. അവൾ ഡ്രസ്സുകൾ എടുത്തു വെച്ചു പുറപ്പെടുവാൻ തുടങ്ങി. അത്യന്താധുനിക സൗകര്യമുള്ള ഇക്കാലത്ത് ഫോണെടുത്തു ഒന്ന് ഞെക്കിയാൽ ടിക്കറ്റ് ബുക്ക് ചെയ്യാം. സമയമാകുമ്പോൾ വീട്ടിൽനിന്നിറങ്ങിയാൽ മതി. ടിക്കറ്റിന് ക്യൂ നിൽക്കേണ്ട ആവശ്യമില്ല. കാറിന്റെ ഹോണടി കേട്ട് അവൾ മുറിയിൽനിന്നിറങ്ങി. എല്ലാവരും റെഡിയായി കഴിഞ്ഞിരുന്നു. വാതിൽ പൂട്ടി അവർ കാറിൽ കയറി ഇരുന്നു. കാർ ഓടിക്കൊണ്ടിരിക്കേ പെട്ടെന്നവളുടെ മനസ്സ് വർഷങ്ങൾക്കപ്പുറത്തേക്ക് ഓർമ്മകൾ ചിറകുകൾ വിടർത്തി ഒരു യാത്ര. അവിടെ ഓർമ്മയുടെ താളുകൾ നിവർത്തി ഇതുവരെ കാണാൻ കഴിയാത്ത സിനിമ എന്ന മോഹവുമായി സ്വപ്നങ്ങൾ നെയ്തെടുത്ത് സിനിമ കാണുവാനുള്ള ആഗ്രഹവുമായി ഏറെ നാളായി കാത്തിരിക്കുന്ന ഒരേഴാം ക്ലാസുകാരി സടകുടഞ്ഞെഴുന്നേറ്റ് അവളുടെ മുന്നിൽ നിവർന്നു നിന്നു. ഉച്ചയ്ക്കുള്ള വിശ്രമ സമയം അവിടെ ഊണു കഴിഞ്ഞെത്തിയവരും അല്ലാത്തവരുമായ കുട്ടികൾ കലപില വർത്തമാനങ്ങൾ പറഞ്ഞുല്ലസിക്കുന്ന ഒരേഴാം ക്ലാസിലേക്ക് അവളുടെ ഓർമ്മകൾ പറന്നിറങ്ങി.

എല്ലാവരും രസകരമായ സംഭാഷണത്തിലായിരുന്നു. അവളും ആ കൂട്ടത്തിൽ ഉണ്ടായിരുന്നു. അടുത്തിടെ ടാക്കീസിൽ വന്ന സിനിമയായിരുന്നു ചർച്ചാ വിഷയം. പകുതിയിലധികംപേരും ആ സിനിമ കണ്ടവരായിരുന്നു. 'ആന വളർത്തിയ വാനമ്പാടി'. ഒരു വിമാനാപകടത്തിൽനിന്നു രക്ഷപ്പെട്ട അമ്മ മരിച്ചുപോയ ആറുമാസം പ്രായമുള്ള ഒരു കുഞ്ഞിനെ വിമാനം തകർന്നുവീണ ആ വനത്തിൽ താമസമാക്കിയ ഒരു താപസനും ആന, കരടി തുടങ്ങിയ മൃഗങ്ങളും പരിപാലിച്ച് വളർത്തിയ സംഭവബഹുലമായ ഒരു കഥയായിരുന്നു ആ സിനിമയുടെ ഉള്ളടക്കം എന്നാണ് കുട്ടികളുടെ കഥപറച്ചിലിൽനിന്ന് അവൾക്ക് മനസ്സിലാക്കാൻ കഴിഞ്ഞത്. ആ വനത്തിൽ മറ്റൊരിടത്ത് താമസിക്കുന്ന തസ്കരസംഘത്തെ പിടിക്കാൻ വരുന്ന ഉദ്യോഗസ്ഥനും അയാളെ പലതവണ അവരുടെ കൈയ്യിൽ നിന്നും രക്ഷിക്കുന്ന വാനമ്പാടിയും കാട്ടിൽ നിന്നു സഞ്ചരിക്കാൻ കാട്ടുവള്ളിയുപയോഗിച്ച് ഊഞ്ഞാലാടി ഒരു വശത്തുനിന്നും മറ്റേ അറ്റം വരെ എത്തുന്നതുമായ രസകരമായ വർണ്ണനകളും എന്തിനേറെ ആ സിനിമയുടെ നുള്ളും നുറുക്കും വിട്ടുപോകാതെയുള്ള അവരുടെ സംസാരവും ദിവസവും കേട്ട് ആ സിനിമ കണ്ടേ തീരൂ എന്ന ഒരു അതിമോഹം അവളുടെ മനസ്സിൽ വളർന്നുപന്തലിച്ചു. ഓരോ ദിവസം കൂടുന്തോറും സിനിമ കണ്ടവരുടെ എണ്ണം കൂടിക്കൊണ്ടിരുന്നു. ആകെ ഒരു സിനിമാ ടാക്കീസുള്ളത് ടൗണിലാണ്. രണ്ട് രണ്ടര മണിക്കൂർ നടന്നാലേ അവിടെ എത്തുകയുള്ളൂ. എന്നിട്ടും ഇത്രയും കുട്ടികളുടെ വീട്ടുകാർ ത്യാഗം സഹിച്ചു കുട്ടികളെ സിനിമ കാണിച്ചല്ലോ എന്നതും തനിക്കു മാത്രം അങ്ങനെ ഒരവസരം വന്നുചേരുന്നില്ലല്ലോ എന്നതും വളരെയേറെ മനസ്താപത്തോടെ അവൾ ഓർത്തു.

ദിവസങ്ങൾ ഓരോന്നും വിടപറയവേ ഒരു ദിവസം വല്യമ്മയുടെ മകനും ഭാര്യയും വീട്ടിൽ വന്നു. സംസാരത്തിനിടെ നാളെ അവർ സിനിമ കാണാൻ പോകുന്നുണ്ടെന്നും നിങ്ങൾ വരുന്നോ ഞങ്ങളുടെ കൂടെ എന്നു ചേച്ചിയോടും അവളോടും ചോദിച്ചു. തീരുമാനം അച്ഛന്റേതായിരുന്നതിനാൽ അവരൊന്നും മിണ്ടിയില്ല. ഏട്ടൻ അച്ഛനോടു നേരിട്ടു ചോദിച്ചു സമ്മതം വാങ്ങി. ഏച്ചിയ്ക്കും അവൾക്കുമുണ്ടായ സന്തോഷത്തിന്നതിരുണ്ടായിരുന്നില്ല. ഏറെ നാളായി മനസ്സിൽ കൊണ്ടുനടന്നിരുന്ന ഒരാഗ്രഹം സഫലമാകാൻ

പോകുന്നു എന്നോർത്തപ്പോൾ അവളാകെ ഉല്ലാസവതിയായി. പിറ്റേ ദിവസം ഒരു പത്തരയായപ്പോൾ ഏട്ടനും ഏട്ടത്തിയും വന്നു. ചേച്ചിയും അവളും എപ്പോഴോ പുറപ്പെട്ടു നിൽക്കുന്നുണ്ടായിരുന്നു. അവർ നാൽവരും യാത്രപുറപ്പെട്ടു. മുന്നിൽ നീണ്ടു നീണ്ടുകിടക്കുന്ന വയലുകളും വയലുകൾക്കിടയിൽ ചെറിയ നടപ്പാതയും ഇടവഴികളും തോടും എല്ലാം പിന്നിട്ട് സംസാരിച്ചും കളിതമാശകൾ പറഞ്ഞും ചിരിച്ചും അവർ അവരുടെ യാത്ര ഉന്മേഷഭരിതമായങ്ങനെ മുന്നോട്ടു നീങ്ങി.

ഒരു മണിക്കായിരുന്നു സിനിമ തുടങ്ങുക. അവർ കൃത്യസമയത്തുതന്നെ എത്തി. കൗണ്ടറിന്നരികിൽ ക്യൂ നിൽക്കുന്നതും ടിക്കറ്റു വാങ്ങുന്നതുമെല്ലാം അവളെ സംബന്ധിച്ചിടത്തോളം അത്ഭുതകരമായ ഒരു കാഴ്ചയായിരുന്നു. ആദ്യമായിട്ടായിരുന്നു അവളൊരു സിനിമ കാണുന്നത്. സ്ക്രീനിൽ തെളിയുന്ന ചിത്രങ്ങളും സംഭാഷണങ്ങളും നടീനടന്മാരുടെ അഭിനയവുമെല്ലാം കണ്ടിരിക്കെ ഏതോ മായാവിസ്മയ ലോകത്തിലെത്തിയതുപോലെ അവൾക്കനുഭവപ്പെട്ടു. ഓരോ രംഗങ്ങൾ കാണുമ്പോഴും ക്ലാസിൽ കൂട്ടുകാരുടെ വിവരണങ്ങൾ കേട്ടതിനാൽ അവൾക്ക് കണ്ടു മനസ്സിലാക്കാൻ ഏറെ എളുപ്പമായി. സിനിമയുടെ തസ്കര സംഘത്തെ തുരുത്തിയോടിക്കാൻ സഹായിച്ച വാനമ്പാടി ശരിക്കും ഉദ്യോഗസ്ഥന്റെ അമ്മാവന്റെ മകളായിരുന്നു എന്നു തിരിച്ചറിയുന്നതും ഒടുവിൽ വാനമ്പാടിയുടേയും ഉദ്യോഗസ്ഥന്റേയും വിവാഹച്ചടങ്ങോടെ ശുഭപര്യവസായിയായി അവസാനിക്കുന്ന പടം അവൾക്കേറെ ഇഷ്ടമായി.

ഇനി കൂട്ടുകാരുടെ സിനിമാചർച്ചയിൽ കൂടുതൽ വിവരണങ്ങളുമായി ഊർജ്ജസ്വലതയോടെ തനിക്കും അതിൽ പങ്കെടുക്കാം എന്നവൾ അഭിമാനത്തോടെ ഓർത്തു. തന്റെ ചിരകാലഭിലാഷമായ സിനിമ കാണാൻ തക്ക അവസരം നല്കിയ ദൈവത്തേയും അനുമതി നല്കിയ അച്ഛനേയും കൂടെ കൊണ്ടുപോയ ഏട്ടനേയും ഏട്ടത്തിയേയും നന്ദിയോടെ ഓർത്തു. മനസ്സിൽ അവർക്കു മുന്നിൽ വണങ്ങി. സിനിമ കഴിഞ്ഞു മടക്കയാത്ര ആരംഭിച്ചു. കുറച്ചു ദൂരമേ പിന്നിട്ടുള്ളൂ. അപ്രതീക്ഷിതമായി മഴ പെയ്യാൻ തുടങ്ങി. തുള്ളിക്കൊരു കുടം പേമാരി എന്നപോലെയുള്ള ശക്തമായ മഴ. മഴ തീരുന്നതുവരെ കാത്തു നിന്നാൽ വീട്ടിലെത്താൻ ഇരുട്ടാകും. അതു

കൂടുതൽ ക്ലേശകരമായ യാത്രയാവുമല്ലോ എന്നു കരുതി അവർ മഴയെ ഗൗനിക്കാതെ കൈവശം കരുതിയിരുന്ന കുട ചൂടി നടക്കാൻ തുടങ്ങി. ഇടവഴികളിലെല്ലാം കൂലംകുത്തി ഒഴുകുന്ന മഴവെള്ളപ്പാച്ചിലിലിലൂടെയുള്ള യാത്ര ഏറെ ബുദ്ധിമുട്ടുള്ളതായിരുന്നു. സന്ധ്യയോടെ നനഞ്ഞുകുതിർന്ന് അവർ വീട്ടിൽ എത്തി. തണുത്തു വിറയ്ക്കാൻ തുടങ്ങിയിരുന്നു. അവൾ വസ്ത്രങ്ങൾ മാറ്റി ഭക്ഷണം കഴിച്ചു കിടന്നു.

എപ്പോഴാണ് ശക്തമായ പനി തന്നെ പിടികൂടിയതെന്നവളറിഞ്ഞില്ല. രാവിലെ ഉണർന്നപ്പോൾ അസഹനീയമായ തലവേദനയും പനിയും അവളെ എഴുന്നേൽക്കാനനുവദിക്കാതെ അവരുടെ കസ്റ്റഡിയിൽ തളച്ചിട്ടു. ഒരാഴ്ച കഴിഞ്ഞാണ് പനിയുടെ പിടിയിൽനിന്നു മോചിതയായി അവൾ സ്കൂളിൽ പോകാൻ തുടങ്ങിയത്. അപ്പോഴേയ്ക്കും അവിടെ സിനിമാകഥയും ചർച്ചയുമെല്ലാം അവസാനിച്ചിരുന്നു. താൻ ആദ്യമായി കണ്ട സിനിമയുടെ വിവരണങ്ങൾ ആവേശത്തോടെ പങ്കിടാനായി ഉത്സാഹത്തോടെ ക്ലാസിൽ വന്ന അവൾ തന്റെ ആഗ്രഹങ്ങളെല്ലാം മലർപ്പൊടിക്കാരന്റെ സ്വപ്നംപോലെ തകർന്നടിഞ്ഞതോർത്ത് വളരെയേറെ വ്യാകുലപ്പെട്ടു.

അമ്മേ ഇറങ്ങാറായി എന്ന മകന്റെ വാക്കുകൽ കേട്ടപ്പോഴാണ് ഭൂതകാല സ്മരണകളിൽ സഞ്ചരിച്ചിരുന്ന അവൾക്ക് സ്ഥലകാല ബോധമുണ്ടായത്. കാർ തിയേറ്ററിനു മുന്നിൽ എത്തിയിരുന്നു. പുറത്ത് ശക്തമായ മഴ പെയ്യുന്നതപ്പോഴാണവളറിഞ്ഞത്. ആ മഴയിലേയ്ക്ക് പഴയ ഏഴാംക്ലാസുകാരിയായി ഇറങ്ങിച്ചെല്ലാനും മഴത്തുള്ളികളെ കൈയ്യിലെടുത്തു അമ്മാനമാടുവാനും അവളുടെ മനസ്സു കൊതിച്ചു.

അണഞ്ഞുപോയ സ്നേഹദീപം

കോവിഡ് മൂർദ്ധന്യത്തിലെത്തിയ കാലം. എല്ലായിടത്തും ലോക്ക്ഡൗൺ പ്രഖ്യാപനവും പുറത്തിറങ്ങിയാൽ പോലീസിന്റെ പ്രഹരം പുറത്തുതന്നെ ഏറ്റുവാങ്ങി വരേണ്ടിയിരുന്ന കാലം. അയാൾ റിട്ടയർ ചെയ്തതിനാൽ പുറത്തിറങ്ങാതെ ദേഹം സംരക്ഷിക്കാനുള്ള അവസരം ലഭിച്ചിരിക്കുന്നു. വീട്ടിൽ വെറുതെ ഇരിക്കേണ്ട എന്നു കരുതിയാണ് റിട്ടയർകാലം അയാൾ കൃഷിപ്പണി തിരഞ്ഞെടുത്തത്. കൃഷി ചെയ്യാൻ അനുയോജ്യമായ സ്ഥലം കൈവശമുണ്ടായിരുന്നതിനാൽ അയാൾക്കാ ജോലിക്ക് ഒരു പ്രയാസവും നേരിടേണ്ടി വന്നിരുന്നില്ല. സമയവും ഇഷ്ടംപോലെ ഉണ്ടായിരുന്നതിനാൽ അയാളുടെ കൃഷിപ്രസ്ഥാനം വളരെയേറെ അഭിവൃദ്ധി പ്രാപിച്ചു. ചേമ്പ്, ചേന, വാഴ, വെള്ളരി, വഴുതിന, മുളക്, തക്കാളി, ചീര എന്നു വേണ്ട പലതും അയാളുടെ കൃഷിഭൂമിയിൽ ഉണ്ടായിരുന്നു. രാവിലേയും വൈകുന്നേരവുമുള്ള സമയങ്ങൾ മിക്കവാറും സസ്യപരിപാലനത്തിനായി അയാൾ ഉപയോഗിച്ചിരുന്നു. വീട്ടുവളപ്പിൽ എല്ലാവിധ പച്ചക്കറികളും ഉള്ളതിനാൽ ആവശ്യം കഴിഞ്ഞ് ബാക്കി വില്ക്കുകയായിരുന്നു പതിവ്. പക്ഷേ, കോവിഡ് വന്നതിനാൽ ആ പതിവെല്ലാം തെറ്റി. ഒരു കണക്കിന് പച്ചക്കറികളുള്ളതിനാൽ അതു വാങ്ങാൻ പുറത്തേയ്ക്കു പോയി പോലീസ് മർദ്ദനമേറ്റുവാങ്ങുന്നതിൽനിന്നും രക്ഷനേടാൻ കഴിഞ്ഞു. രാവിലെ ഒരു ഗ്ലാസ് ചായ കുടിക്കുന്ന പതിവുണ്ടയാൾക്ക്. അതു കഴിഞ്ഞാണ് പത്രം വായന. അന്നും പതിവുപോലെ അയാൾ ചായ കുടിച്ചു പത്രവായന ആരംഭിച്ചു. ചരമപേജ് ഒന്നും വിടാതെ നോക്കുന്ന ഒരു ശീലമുണ്ടായിരുന്നു അയാൾക്ക്. പതിവുപോലെ ആ പേജു നോക്കിയപ്പോൾ അയാൾ ഞെട്ടിത്തരിച്ചിരുന്നുപോയി. അയാൾ വീണ്ടും വീണ്ടും ആ ഫോട്ടോയിലേക്കു നോക്കി. അതെ അതവൻ തന്നെ. തന്റെ അനിയൻ. ഭാര്യയുടെ വല്യമ്മയുടെ മകനാണ്. എന്തിനേക്കാളും പ്രിയമുള്ളവനായിരുന്നു. തന്നെ ജീവന്മരണ പോരാട്ടത്തിൽനിന്നും മെല്ലെ മെല്ലെ ഉയിർത്തെഴുന്നേല്പിച്ചവൻ. എന്തായിരിക്കും അവനു പറ്റിയത്. അയാൾ വേഗം ഫോണെടുത്ത്

അവന്റെ ഏട്ടനെ വിളിച്ചു. സിച്ചോഫാണെന്ന മറുപടി. ആശങ്കയോടെ. മനസ്സിൽ തിങ്ങി വിങ്ങി നില്ക്കുന്ന വേദനയോടെ അയാളിരുന്നു. എത്ര നേരമെന്നറിയില്ല, ഭാര്യ ചായ കുടിക്കാൻ വിളിച്ചപ്പോഴും അയാൾക്കെഴുന്നേൽക്കാൻ തോന്നിയില്ല. ഒരേ ഇരിപ്പുതന്നെ.

അയാളോർത്തു നാലു ദിവസം മുൻപ് എത്രയോ സമയം സംസാരിച്ചതാണു ഞങ്ങൾ തമ്മിൽ. അന്നൊരസുഖത്തെക്കുറിച്ചൊന്നും അവനൊന്നും പറഞ്ഞില്ലല്ലോ. എന്തുണ്ടെങ്കിലും തുറന്നുപറയുന്ന സ്വഭാവമായിരുന്നു. പ്രത്യേകിച്ച് തന്നോട്. അത്രമാത്രം ആത്മബന്ധം ഉണ്ടായിരുന്നു ഞങ്ങൾ തമ്മിൽ. ഇത്ര പെട്ടെന്ന് ഇങ്ങനെ ഒരു വാർത്ത. തന്റെ കണ്ണുകൾ തന്നെ വഞ്ചിക്കുകയാണോ എന്നുകൂടി അയാൾ സംശയിച്ചു. പെട്ടെന്നയാളുടെ ഫോൺ ശബ്ദിച്ചു. എഴുന്നേറ്റ് ഫോൺ അറ്റന്റ് ചെയ്തു. അയാൾ നേരത്തെ വിളിച്ച നമ്പറാണ്. ഏട്ടനാണ് ഹാർട്ടറ്റാക്കായിരുന്നുവെന്നും ഇന്നലെ വൈകുന്നേരം വരെ ഒരസുഖവുമില്ലായിരുന്നെന്നും രാത്രി 8 മണിക്ക് ഭക്ഷണം കഴിക്കാൻ എഴുന്നേറ്റപ്പോൾ കുഴഞ്ഞു വീണു എന്നും അപ്പോൾത്തന്നെ മരണവും സംഭവിച്ചു എന്നൊക്കെയാണ് ഏട്ടന്റെ സംസാരത്തിൽ നിന്നയാൾക്കു മനസ്സിലായത്. ഏട്ടൻ ഫോൺ വെച്ചപ്പോൾ മരവിച്ച മനസ്സുമായി അയാൾ കസേരയിലിരുന്നു.

അയാളുടെ ഓർമ്മകളിൽ എന്നും തിളക്കമാർന്ന സൗഹൃദമാർന്ന സ്നേഹച്ചെപ്പിൽ ഒളിച്ചിരുന്ന ആ ഓർമ്മച്ചെപ്പു തുറന്ന് അയാളെത്തിച്ചേർന്നത് ഒരു മെഡിക്കൽ കോളേജിലെ വലിയ ഒരു ഹാളിലെ നിരനിരയായി ഇട്ടിരിക്കുന്ന കട്ടിലുകളിലൊന്നിലേക്കായിരുന്നു. അവശനും നിരാശ്രയനുമായ ഒരു രോഗി പത്തുപതിമൂന്നു ദിവസം ബോധരഹിതനായി ഐസിയുവിൽ ആയിരുന്നു. ഇപ്പോ രണ്ടു ദിവസമേ ആയിട്ടുള്ളൂ വാർഡിൽ കിടത്തിയിട്ട്. അയാളെപ്പോഴും മയക്കത്തിൽ തന്നെയായിരുന്നു. ആളെ തിരിച്ചറിയാനുള്ള സ്വബോധമൊന്നും അയാൾക്കുണ്ടായിരുന്നില്ല. എങ്കിലും മണിക്കൂറിടവിട്ട് അയാൾ ചുണ്ടുകൾ അനക്കി എന്തോ പുലമ്പും. അടുത്തിരിക്കുന്ന ആൾ കുറേശ്ശെ കുറേശ്ശെ സ്പൂണിൽ വെള്ളമെടുത്ത് അയാളുടെ ചുണ്ടുകൾ അകത്തി വായിലേക്കു വെള്ളം ഒഴിച്ചു കൊടുക്കും. നേഴ്സുമാർ രാവിലേയും ഉച്ചയ്ക്കും വൈകുന്നേരവും വന്ന് മരുന്ന് ഇഞ്ചക്ഷൻ വഴി നൽകും. രണ്ടുമൂന്നു ദിവസങ്ങൾക്കുശേഷമാണ്

അയാൾ ആളെ തിരിച്ചറിയാനും എഴുന്നേറ്റിരുന്നു വെള്ളം കുടിക്കാനും തുടങ്ങിയത്. ഈ ദിവസങ്ങളിലെല്ലാം തന്റെ അടുത്തിരുന്നു രാവും പകലും തന്നെ പരിചരിച്ചയാളെ അയാൾ കൺതുറന്നു നല്ലവണ്ണം നോക്കിക്കണ്ടു. എന്നെ മനസ്സിലായോ ഏട്ടന് എന്ന ചോദ്യത്തിന് അയാൾ മെല്ലെ തലയാട്ടി. 'ആരാ?' എന്ന ചോദ്യത്തിന് ചുണ്ടുകൾ അനക്കി മെല്ലെ അയാൾ പറഞ്ഞു അനിയൻ. വല്യമ്മയുടെ മകൻ. അതു കേട്ടപ്പോൾ തന്നെ തിരിച്ചറിഞ്ഞല്ലോ എന്ന സന്തോഷത്തിലായിരുന്നു അനിയൻ. ഒരാഴ്ച കഴിഞ്ഞപ്പോൾ അയാൾ സ്വയം എഴുന്നേൽക്കാനും അല്പസ്വല്പം നടക്കാനും തുടങ്ങി. അനിയനിൽ നിന്നാണയാൾ അറിഞ്ഞത് വീട്ടിൽ സ്വബോധം നഷ്ടപ്പെട്ട തന്നെ അയൽക്കാരുടെ നിർബന്ധത്താൽ ഏട്ടന്മാർ കൊണ്ടുവന്ന് അഡ്മിറ്റ് ആക്കിയെന്നും അതിന്നുശേഷം അവരാരും ആസ്പത്രിയിലേക്കു വന്നിട്ടില്ലെന്നും. ഭാര്യ പ്രസവത്തിനായി ആസ്പത്രിയിൽ അഡ്മിറ്റാണെന്നും ഒന്നിടവിട്ട ദിവസങ്ങളിൽ ഭാര്യാപിതാവ് വരാറുണ്ടെന്നും അവൻ പറഞ്ഞു. ആൺകുട്ടികളില്ലാത്തതിനാൽ പത്തുനാല്പതു കിലോമീറ്റർ ബസ് യാത്ര കഴിഞ്ഞ് ഇവിടെ എത്താൻ അച്ഛൻ മാത്രമേ ഉണ്ടായിരുന്നുള്ളൂ. നാട്ടിൽ ആസ്പത്രിയുണ്ടെങ്കിലും എല്ലാ സജ്ജീകരണവുമുള്ള ആസ്പത്രി ഈ മെഡിക്കൽ കോളേജ് മാത്രമായിരുന്നു. മകളുടെ ആസ്പത്രി വിശേഷങ്ങൾക്കിടയിൽ ഒന്നിടവിട്ടെങ്കിലും തന്നെ അന്വേഷിക്കാനുള്ള സമയം ഭാര്യാപിതാവ് കണ്ടെത്തുന്നുണ്ടല്ലോ എന്നയാൾ സന്തോഷത്തോടെ ഓർത്തു. അനിയൻ ഇവിടെ അടുത്തുള്ള കോളേജിലാണ് പഠിക്കുന്നത്. ഒരാഴ്ചക്കാലം കേളേജവധി ആയതിനാൽ സദാസമയം ഏട്ടന്നരികിലിരുന്നു പരിചരിക്കാൻ കഴിഞ്ഞല്ലോ എന്ന ആശ്വാസത്തിലായിരുന്നു അനിയൻ. രണ്ടു മാസക്കാലത്തോളം ആസ്പത്രിയിൽ കിടക്കേണ്ടി വന്നു. ആ സമയത്തെല്ലാം അവധി ദിവസങ്ങളിൽ മുഴുവൻ സമയവും കോളേജുള്ള ദിവസങ്ങളിൽ രാവിലെ 9 മണിക്കു പോയാൽ വൈകുന്നേരം കൃത്യം 4 മണിക്ക് തിരിച്ചെത്തുകയും ചെയ്യുമായിരുന്നു. സ്വന്തം ജ്യേഷ്ഠനെപ്പോലെ സ്നേഹിച്ചും പരിചരിച്ചും ആശ്വാസവചനങ്ങളും പ്രോത്സാഹനങ്ങളും നൽകി രോഗാവസ്ഥയിൽനിന്നും മെച്ചപ്പെട്ട ആരോഗ്യത്തിലേയ്ക്കു തിരിച്ചെത്തിയത് അവൻ ഒരാൾ കാരണമാണ്.

രക്തബന്ധങ്ങളേക്കാൾ എത്രയോ വലുതാണ് സ്വാർത്ഥതയി ല്ലാത്ത നിഷ്കളങ്കമായ സ്നേഹമെന്നതും സ്നേഹത്തിന്റെ ശീത ളച്ഛായയിൽ അതിന്റെ തലോടലിൽ കിട്ടുന്ന സന്തോഷം മറ്റൊ ന്നിൽനിന്നും ലഭിക്കില്ല എന്നു പഠിച്ചതും അവനിൽനിന്നാണ്. രക്ത ബന്ധത്തിൽ പിറന്ന ജ്യേഷ്ഠന്മാർ പത്തു പതിമൂന്നു ദിവസം ഐസി യുവിലാണെന്നറിഞ്ഞിട്ടും രണ്ടു മാസക്കാലത്തോളമുള്ള ആസ്പ ത്രിവാസത്തിന്നിടയിലും ഒരിക്കൽപ്പോലും, അന്ന് അഡ്മിറ്റു ചെയ്തു പോയതല്ലാതെ വന്നിട്ടില്ല. രണ്ടു രണ്ടര ഏക്കറോളം വരുന്ന കേരവൃക്ഷങ്ങൾ ഇടതിങ്ങി വളരുന്ന കൃഷിസ്ഥലങ്ങൾ അയാളുടെ പേരിലുണ്ടായിരുന്നു. അച്ഛന്റെ മരണശേഷം അതെല്ലാം നോക്കിനടത്തിയിരുന്ന ഏട്ടന്മാർ ആസ്പത്രിക്കിടക്കയിൽ അനിയ നെന്തെങ്കിലും ധനസഹായം വേണോ എന്നന്വേഷിക്കാൻ ഒരി ക്കൽപ്പോലും വന്നിരുന്നില്ല. സഹോദരന്റെ ദുർഘടസന്ധിയിൽ ധന സഹായം ഇല്ലെങ്കിൽ പോട്ടെ ഒരു സ്നേഹാന്വേഷണം നട ത്താൻപോലും തയ്യാറാകാത്ത ആ രക്തബന്ധത്തിനിവിടെ എന്തു വില. അമ്മയുടെ അനിയത്തിയുടെ ഭർത്താവ് ഇളയച്ഛനും ഭാര്യാ പിതാവ്- ഭാര്യാപിതാവല്ല സ്വന്തം അച്ഛന്റെ സ്നേഹവും വാത്സ ല്യവുമായിരുന്നു അദ്ദേഹം നല്കിയിരുന്നത്. അച്ഛനും ഇളയച്ഛനും ഒന്നിടവിട്ട ദിവസങ്ങളിൽ വിവരങ്ങൾ അന്വേഷിക്കുകയും എന്തെ ങ്കിലും ധനസഹായം ചെയ്യുകയും ചെയ്യുമായിരുന്നു.

ആപത്ഘട്ടത്തിൽ ദൈവദൂതനെപ്പോലെ വന്ന് തന്നെ സഹാ യിച്ച സ്നേഹനിധിയായ അനിയന്റെ സാന്നിദ്ധ്യവും എല്ലാം കൊണ്ടും ആസ്പത്രിവാസം ഒരു ദുരിതവാസമായി അയാൾക്കനു ഭവപ്പെട്ടിട്ടില്ല. ആസ്പത്രിവാസത്തിനിടയിൽ അനിയനോടുള്ള സ്നേഹം അയാളുടെ മനസ്സിൽ സ്നേഹത്തിന്റെ വലിയൊരു ശില്പ ഗോപുരം ഉയർന്നുവന്നിരുന്നു. ഒരിക്കലും തകർന്നുപോകാത്ത അത്രയ്ക്കും കെട്ടുറപ്പുള്ള ഒരു സ്നേഹഗോപുരം. അയാൾ വീണ്ടും നിറകണ്ണുകളോടെ ഫോട്ടോയിലേക്കു നോക്കി മന്ത്രിച്ചു- "നീ എനി ക്കാരായിരുന്നു മോനേ, മകനോ അതോ ദൈവദൂതനോ. സ്നേഹ ത്തലോടലിൽ തന്നെ ദുഃഖാന്ധകാരത്തിൽ നിന്നും പ്രകാശസാന്ദ്ര മായ ഒരു ലോകത്തിലേക്കു നയിച്ച ദിവ്യപ്രഭ ചൊരിയുന്ന കെടാ വിളക്കോ."

ഭർത്താവ് പ്രഭാതഭക്ഷണം കഴിക്കാൻ വരുന്നത് കാണാത്തതിനാൽ ഭാര്യ അവിടേക്കു വന്നു. നിറകണ്ണുകളോടെ ഒരു ഫോട്ടോവിലേക്കു ഉറ്റുനോക്കിയിരിക്കുന്ന ഭർത്താവിനെ കണ്ട് അവളും ആ ഫോട്ടോവിലേക്കു നോക്കി. അവളും ഞെട്ടിത്തരിച്ചുപോയി. സ്വന്തം ആങ്ങളമാരില്ലാത്തതിനാൽ അവൾക്കേറെ പ്രിയപ്പെട്ടവനായിരുന്നു ആ ഏട്ടൻ. എല്ലാവരോടും സ്നേഹപൂർവ്വം മാത്രം പെരുമാറിയിരുന്ന ശരിക്കും ഒരു സ്നേഹസാമ്രാജ്യത്തിന്റെ അധിപൻ തന്നെയായിരുന്നു ആ ഏട്ടൻ. ആ സ്നേഹപരിപാലനം അവൾക്കും ഏറെ ലഭിച്ചിട്ടുണ്ട്. നിറകണ്ണുകളോടെ ഫോട്ടോവിലേക്കു നോക്കി അയാൾ പറഞ്ഞു- "മോനേ എന്റെ ജീവാംശമേ, കോവിഡ് കാലമായതിനാൽ അവസാനനിമിഷം ഒരു നോക്കു കാണാനോ ആ മുഖത്തൊരു സ്നേഹസമ്മാനം തരുവാനോ കഴിയാത്ത ഈ ജ്യേഷ്ഠന് നീ മാപ്പു തരില്ലേ, പ്രിയമുള്ളവനേ."

പിന്നെ പിടിച്ചുനില്ക്കാൻ കഴിയാതെ അയാൾ ഏങ്ങലടിച്ചു കരഞ്ഞു. ഭാര്യ കൈപ്പത്തി മെല്ലെ അയാളുടെ ചുമലിൽ വെച്ചു. അവളുടെ ആശ്വാസവചനങ്ങൾ അയാളുടെ ഹൃദയത്തിൽ ആളിക്കത്തിക്കൊണ്ടിരുന്ന ദുഃഖാഗ്നിക്ക് കുളിർമ്മയുള്ള ഇളംതെന്നലിന്റെ തലോടൽപോലെ അല്പമൊരാശ്വാസം ലഭിച്ചു.

നൊമ്പരപ്പക്ഷി

നേരം പുലർന്നു വരുന്നേ ഉണ്ടായിരുന്നുള്ളൂ. മഞ്ഞുതുള്ളികളാൽ ആവരണം ചെയ്യപ്പെട്ട അന്തരീക്ഷം. അമ്മായി ഉറക്കമുണരാൻ ഇനിയും സമയമെടുക്കും. അമ്മാമൻ ഒരു വശം തളർന്നു കിടപ്പായതിനാൽ പരസഹായമില്ലാതെ എഴുന്നേൽക്കാനോ നടക്കാനോ കഴിയില്ല. ഇതുതന്നെ പറ്റിയ അവസരമെന്നവൾക്കു തോന്നി. തലേദിവസം തന്നെ റെഡിയാക്കി വെച്ച അവളുടെ വസ്ത്രങ്ങളും പുസ്തകങ്ങളുമടങ്ങുന്ന ബേഗ് എടുത്തവൾ തോളിലിട്ടു. എട്ടാം ക്ലാസിലാണവൾ പഠിക്കുന്നത്. ഉമ്മറത്തെ വാതിൽ തുറന്ന് വാതിൽ ചാരിയതിന്നു ശേഷം അവൾ മുറ്റത്തേക്കിറങ്ങി. അഞ്ചാറു വർഷക്കാലം തനിക്ക് താങ്ങും തണലുമായി തന്നെ സംരക്ഷിച്ച വീട്. അവൾ വീടിനോട് മൗനമായി യാത്ര പറഞ്ഞു. എന്നും തൂത്തും തുടച്ചും വൃത്തിയാക്കി കൊണ്ടുനടന്ന വീടിനോട് എന്തെന്നില്ലാത്ത ഒരടുപ്പം അവൾക്കു തോന്നിയിരുന്നു. വീടിനോട് വിടപറഞ്ഞപ്പോൾ അവളുടെ മനസ്സ് വിതുമ്പി കണ്ണു നിറഞ്ഞു. എങ്ങോട്ടു പോകണമെന്നോ എവിടെയാണ് തനിക്കൊരാശ്രയം കണ്ടെത്തുക എന്നൊന്നും അവൾക്കറിയില്ല. ഒന്നുമാത്രമറിയാം. താൻ ഒറ്റപ്പെട്ടിരിക്കുന്നു. സ്വന്തം എന്നവകാശപ്പെടാൻ ഒരു വീടോ തന്റേതെന്നു പറയാൻ സ്നേഹവാത്സല്യം നിറഞ്ഞ മോളേ എന്ന വിളിയും സ്നേഹത്തണലേകിയിരുന്ന തണൽവൃക്ഷവും തന്നിൽനിന്ന് എത്രയോ അകലെയായിരിക്കുന്നു. തന്നെ തനിച്ചാക്കി വിദൂരതയിലെങ്ങോ പോയ് മറഞ്ഞ അച്ഛൻ അവളുടെ മുന്നിൽ വന്നുനില്ക്കുന്നതായവൾക്കു തോന്നി. ആ സ്നേഹവാത്സല്യ കരവലയത്തിനുള്ളിൽ താനെത്ര സുരക്ഷിതയായിരുന്നു. താൻ കഴിഞ്ഞേ അച്ഛനൊരു ലോകമുണ്ടായിരുന്നുള്ളൂ. ആ സ്നേഹനിധി തന്നരികിലുണ്ടായിരുന്നെങ്കിൽ ഇങ്ങനെയൊരു വിധി അനാഥപ്പട്ടം കെട്ടിയുള്ള ഈ യാത്ര തനിക്കുണ്ടാകുമായിരുന്നോ.

അച്ഛൻ തെങ്ങുകയറ്റക്കാരനായിരുന്നു. അച്ഛനും അമ്മയും താനും സന്തോഷം മാത്രം തനിക്കു സമ്മാനിച്ച നാളുകൾ. സ്വർഗ്ഗം

താണിറങ്ങി വന്ന് തനിക്കു ചുറ്റും പാറിപ്പറന്നു നടന്നിരുന്ന നാളുകൾ. കാലക്രമേണ അമ്മയ്ക്ക് അച്ഛനും മകളും ശത്രുവായി. എന്തെങ്കിലും കാരണമുണ്ടാക്കി അമ്മ ബഹളമുണ്ടാക്കാൻ തുടങ്ങി. എന്നും വഴക്കുകളുടെ പൊടിപൂരം. പിന്നീടാണറിഞ്ഞത് അയൽക്കാരനുമായി പിരിയാൻ പറ്റാത്ത ഒരു സ്നേഹബന്ധത്തിൽ അമ്മ അകപ്പെട്ടു പോയെന്ന്. അച്ഛൻ വഴക്കിന് പോയപ്പോൾ അച്ഛനുണ്ടാക്കിയ വീടാണെങ്കിലും അമ്മയുടെ സ്ഥലത്തുണ്ടാക്കിയതിനാൽ അച്ഛനാ വീടുമായി ഒരധികാരമില്ലെന്നും പെട്ടെന്നീ വീടുവിട്ടിറങ്ങണമെന്നും അമ്മ ആജ്ഞാപിച്ചു.

ഗത്യന്തരമില്ലാതെ രണ്ടാംക്ലാസുകാരിയായ തന്റെ കൈ പിടിച്ച് അച്ഛൻ വീടുവിട്ടിറങ്ങി. സ്വന്തം വീട്ടിലേയ്ക്ക് അമ്മയുടെ അടുത്തേയ്ക്ക് അവളേയും കൊണ്ടുപോയി താമസമാരംഭിച്ചു. അവിടെയാണെങ്കിൽ അമ്മ ഒരു മനസ്സാക്ഷിക്കുത്തുമില്ലാതെ വെള്ളം കോരുക, വസ്ത്രമലക്കുക, പാത്രം കഴുകുക, മുറ്റമടിക്കുക എന്നീ ജോലികളെല്ലാം ചെയ്യിക്കാൻ തുടങ്ങി. അച്ഛൻ ധർമ്മസങ്കടത്തിലായി. അമ്മ അയൽവാസിയുടെ കൂടെ പോയെന്നും ഒന്നു രണ്ടാഴ്ച കഴിഞ്ഞപ്പോൾ അയാളേയും കൂട്ടി സ്വന്തം വീട്ടിൽ പൊറുതി തുടങ്ങിയെന്നും നാട്ടുകാരിൽനിന്നും അവരറിഞ്ഞു. തന്റെ അമ്മ സ്വന്തം കുരുന്നു മകളുടെ ശിരസ്സിൽ കെട്ടിവെച്ച അദ്ധ്വാനത്തിന്റെ കുരിശുഭാരം മകൾക്ക് താങ്ങാനാവാത്തത്രയും അസഹ്യമാണെന്നു തോന്നിയതിനാൽ അവസാനം ഒരകന്ന ബന്ധത്തിലുള്ള അമ്മായിയുടെ അടുത്ത് അച്ഛൻ അവളെ കൊണ്ടുചെന്നാക്കി. മാസത്തിൽ നല്ലൊരു തുക അവളുടെ ചെലവിനും സംരക്ഷക എന്ന നിലയിലും അമ്മായി കൈപ്പറ്റി.

മകൾക്ക് ഒരുതരത്തിലും കഷ്ടപ്പാടുകൾ ഉണ്ടാവരുതെന്നു കരുതിയാവണം അമ്മായി ആവശ്യപ്പെടുന്ന തുക കൊടുക്കാൻ അച്ഛൻ ഒരു വിസമ്മതവും കാണിച്ചില്ല. അങ്ങനെ അഞ്ചാറു വർഷങ്ങൾ. അമ്മായിയെ വീട്ടുജോലികളിലെല്ലാം സഹായിക്കുകയും അച്ഛനോടു മാസത്തിൽ കിട്ടുന്ന വൻതുകയുമാവാം അമ്മായി എന്നും അവളോടു സ്നേഹത്തോടു മാത്രമേ പെരുമാറിയിരുന്നുള്ളൂ.

വാഹനത്തിന്റെ കർണ്ണകഠോരമായ ഹോൺവിളിയാണ് അവളെ ചിന്തയിൽനിന്നുണർത്തിയത്. തന്റെ അടുത്തായി ഒരു കാർ

നിർത്തിയിരിക്കുന്നു. താൻ ഇത്രയേറെ ദൂരം സഞ്ചരിച്ചു എന്നവൾ അത്ഭുത്തോടെ ഓർത്തു. കാറിന്റെ ഡോർ തുറക്കുന്ന ശബ്ദം കേട്ട വളങ്ങോട്ടു നോക്കി. തന്റെ പ്രിയമുള്ള കൂട്ടുകാരി. അവളിറങ്ങി വന്നു അവളുടെ അടുത്തു വന്നുനിന്നു. അവളെങ്ങോട്ടാണ് പോകു ന്നതെന്നു തിരക്കി. അച്ഛമ്മയുടെ അടുത്തേയ്ക്കു പോകുകയാണെ ന്നവൾ പറഞ്ഞു. അവളുടെ യാത്രയുടെ യാഥാർത്ഥ്യമറിഞ്ഞാൽ ഒരുപക്ഷേ അവളുടെ കൂട്ടുകാരിക്കതു സഹിക്കാൻ പറ്റിയെന്നു വരി ല്ല. അത്രയും പ്രിയമുള്ളവളായിരുന്നു ആ കൂട്ടുകാരി. അവളുടെ ജീവിതാനുഭവങ്ങളെല്ലാം അവൾ ആ കൂട്ടുകാരിയുമായി പങ്കിടുമാ യിരുന്നു. കാറിൽ കയറിയാൽ നിന്നെ ഞങ്ങൾ ബസ്സ്റ്റാന്റിൽ ഇറക്കാം എന്നു പറഞ്ഞവൾ അച്ഛനെ നോക്കി. അച്ഛൻ സമ്മതഭാ വത്തിൽ തലയാട്ടി. മകളും കൂട്ടുകാരിയും തമ്മിലുള്ള ആത്മബ ന്ധവും അവളുടെ കദനകഥകളും അറിയാമായിരുന്ന കൂട്ടുകാരി യുടെ അച്ഛൻ ഇറങ്ങാൻ നേരം അമ്പതു രൂപയുടെ നോട്ടെടുത്ത് അവൾക്കു നേരെ നീട്ടി. അവൾ വാങ്ങാൻ വിസമ്മതിച്ചപ്പോൾ കൂട്ടു കാരി നിർബന്ധിച്ചു അവളെക്കൊണ്ടു വാങ്ങിപ്പിച്ചു. ബസ്സ്റ്റാന്റിൽ എത്തിയപ്പോൾ അവളെ അവിടെ ഇറക്കി അവളോട് യാത്രയും പറഞ്ഞവര് പോയി. അവൾ ബേഗ് ബെഞ്ചിൽ വെച്ച് അതിനടുത്തി രുന്നു. കഴിഞ്ഞകാല സംഭവങ്ങളോരോന്നായി അവളുടെ മനോമു കരത്തിൽ വന്നുനിറഞ്ഞു.

സ്കൂൾ കലോത്സവത്തിൽ മിക്ക പരിപാടികൾക്കും അവൾ ഫസ്റ്റായിരുന്നു. നന്നായി പാടുകയും ഡാൻസ് ചെയ്യുകയും പ്രബ ന്ധരചന, പ്രസംഗം എന്നിവയെല്ലാം അവളുടെ കൈപ്പിടിയിലായി രുന്നു. ധാരാളം സമ്മാനങ്ങൾ വാരിക്കൂട്ടിയിരുന്ന അവൾ വിദ്യാർത്ഥിനികൾക്കും അദ്ധ്യാപകർക്കും അഭിമാനമായിരുന്നു. എന്തിനും ഏതിനും അച്ഛന്റെ അനുമതിയും പ്രോത്സാഹനവും അവൾക്ക് കിട്ടിയിരുന്നു. അങ്ങനെ എല്ലാവരുടേയും സ്നേഹവും ആദരവും പിടിച്ചുപറ്റി ആനന്ദലഹരിയിലൊഴുകിയിരുന്ന അവളുടെ ജീവിതനൗക പെട്ടെന്നായിരുന്നു ദുഃഖത്തിന്റെ കരകാണാകയങ്ങ ളിലേയ്ക്കു തെന്നിവീണത്. നിനച്ചിരിക്കാതെയാണ് അച്ഛനെയേതോ മാരകരോഗം വന്നു പിടികൂടിയതും പിടിച്ചപിടിയാലെ മരണത്തി ലേക്കു നയിച്ചതും. ആ ആഘാതങ്ങളെന്നും അവളെ നിഴലായി പിന്തുർന്നു.

അച്ഛന്റെ മരണത്തോടെ മാസാമാസം കിട്ടിക്കൊണ്ടിരുന്ന വലിയ തുകയുടെ അഭാവം അമ്മായിയിൽ വല്ലാത്ത പരിവർത്തനമാണുണ്ടാക്കിയത്. അതുവരെ സ്വന്തം മകളെപ്പോലെ ലാളിച്ചുവളർത്തിയിരുന്ന അമ്മായിക്കവൾ അന്യയായി മാറി. എന്തിനും ഏതിനും അവളെ വഴക്കു പറയാനും ശാപവചനങ്ങൾ ചൊരിയാനും തുടങ്ങി. അമ്മാമന്റെ വീഴ്ചയോടെ അവൾ അമ്മായിയുടെ നിത്യശത്രുവായി. അവളുടെ അമ്മ പോകാനും അച്ഛന്റെ മരണത്തിന്നും അമ്മാമന്റെ വീഴ്ചയ്ക്കും എല്ലാത്തിനും കാരണം അവളുടെ ജന്മദോഷമാണെന്നും ഈ ജാതകദോഷക്കാരി ഒഴിഞ്ഞുപോയാലേ അവരുടെ ജീവിത്തതിൽ നഷ്ടപ്പെട്ട സന്തോഷത്തിന് ഒരു തിരിച്ചുവരവുണ്ടാകൂ എന്നവർ കൂടെക്കൂടെ പറഞ്ഞുകൊണ്ടിരുന്നു.

കഴിഞ്ഞ ദിവസത്തെ സംഭവം ആർത്തട്ടഹസിച്ചു വരുന്ന തിരമാല കണക്കേ അവളുടെ മനസ്സിലേക്കിരച്ചു കയറി. അച്ഛൻ മരിച്ച ശേഷം എല്ലാ വീട്ടുജോലികളും ഭാരിച്ച ഒരുത്തരവാദിത്തമായിത്തീർന്നു അവൾക്ക്. സ്കൂളിൽ പോകുന്നതുവരേയും വന്നു കഴിഞ്ഞാലും അവൾക്ക് ജോലിത്തിരക്ക് തന്നെയായിരുന്നു. എല്ലാ ജോലികളും ഒരു ടൈംടേബിളിന്നപോലെ നിശ്ചിതമായി ചെയ്യിക്കാൻ അമ്മായി അശേഷം മടിച്ചിരുന്നില്ല. തലേദിവസം അമ്മാവന് ഭക്ഷണവുമായി പോകുമ്പോൾ കാല് തെറ്റി വീണതും പാത്രം ഉടഞ്ഞതും ഭക്ഷണം ചിന്നിച്ചിതറിയതുമെല്ലാം ഒരു നിമിഷനേരം കൊണ്ട് കഴിഞ്ഞു. അവൾ മെല്ലെ തറയിൽനിന്നെഴുന്നേല്ക്കാൻ ശ്രമിച്ചപ്പോൾ വടിയും കൈയിലേന്തി ഉഗ്രരൂപിണിയായി നില്ക്കുന്ന അമ്മായിയേയാണ് കണ്ടത്. ഒന്നെഴുന്നേല്ക്കാനുള്ള അവസരംകൂടി തരാതെ പ്രഹരിക്കാൻ തുടങ്ങി. ജീവിതത്തിലാദ്യമായി അടിയുടെ വേദന അവളറിഞ്ഞു. ഓരോ അടി ശരീരത്തിൽ വീഴുമ്പോഴും അതിന്റെ രാഗമെന്നപോലെ അമ്മായിയുടെ ശകാരവും അവളുടെ കാതിൽ വന്നലച്ചു. ഈ നാശംപിടിച്ചവൾ ഇവിടെനിന്നിറങ്ങിയാലേ ഈ വീടിന്നു ശാപമോക്ഷമുണ്ടാവൂ എന്ന അമ്മായിയുടെ വാക്കുകൾ ഒരു കൂരമ്പുപോലെയാണ് അവളുടെ മനസ്സിൽ വന്നുതറച്ചത്. അതിന്റെ നൊമ്പരം അവളുടെ ശരീരത്തെ ആഞ്ഞുലച്ചു. ആ സംഭവം അവളുടെ മനസ്സിനേല്പിച്ച ആഘാതവും നൊമ്പരവും മനസ്സിലേക്കോടി കയറവേ അവളാകെ തളർന്നു.

ഇതിനെല്ലാം താനെന്തപരാധമാണ് ചെയ്തതെന്നുമാത്രം അവൾക്ക് മനസ്സിലായില്ല. അങ്ങകലെ ആകാശത്തിലേക്കു മിഴിയും നട്ട് അവളിരുന്നു. താനിനി എങ്ങോട്ടു പോകും? എവിടെനിന്നാണ് തനിക്കൊരഭയം കിട്ടുക എന്നൊക്കെ ചിന്തിച്ച് അവളാകെ അസ്വ സ്ഥയായി. ഒരു തീരുമാനവുമെടുക്കാനാവാതെ അവൾ വിഷമിച്ചു. ഇങ്ങനെയൊരു ഇറങ്ങിപ്പോക്ക് വേണ്ടിയിരുന്നില്ല എന്നുപോലും അവൾക്കു തോന്നി. അവളുടെ ഓരോ ചലനവും നിരീക്ഷിച്ചുകൊണ്ട് അല്പമകലെയായി ഒരാൾ നില്ക്കുന്നുണ്ടായിരുന്നു. അവളുടെ ഇരിപ്പു കണ്ടപ്പോൾ വീട്ടുകാരോടു പിണങ്ങി ഇറങ്ങിത്തിരിച്ചതാകാം അല്ലെങ്കിൽ ആരോരുമില്ലാതെ ജീവിതവീഥിയിലേക്കു വലിച്ചെറി യപ്പെട്ടവളാകാം എന്നയാളൂഹിച്ചു. അങ്ങനെ ഒറ്റപ്പെട്ട പെൺകുട്ടി കളെ സ്നേഹം നടിച്ച് വശീകരിച്ച് കടത്തിക്കൊണ്ടു പോകുന്ന ഒരാളായിരുന്നു അയാൾ.

മോളെന്താ ഇവിടിരിക്കുന്നത്? എവിടെയാ പോകേണ്ടത്? ഞാന വിടെ എത്തിച്ചുതരാം. മോളൊന്നുകൊണ്ടും വിഷമിക്കണ്ട എന്നീ കുശലപ്രശ്നങ്ങളോടെ അയാൾ അവളെ സമീപിച്ചു. പക്ഷേ അവൾ ഒരു പ്രതികരണവുമില്ലാതെ മൗനിയായി ഇരുന്നു. പെട്ടെന്നയാ ളുടെ ഭാവം മാറി. അവളുടെ കൈയ്ക്കു പിടിച്ചുവലിച്ചുകൊണ്ട് അയാൾ പറഞ്ഞു- മര്യാദയ്ക്ക് എന്റെ കൂടെ വരുന്നതാ നിനക്ക് നല്ലത്. “നിങ്ങളാരാ..? എന്നെ വിട്” എന്നു പറഞ്ഞവൾ ശക്തി പൂർവ്വം അയാളുടെ കൈ തട്ടിമാറ്റാൻ ശ്രമിച്ചു. പക്ഷേ, അയാൾ കൂടുതൽ ശക്തിയോടെ കൈ മുറുകെ പിടിച്ചു. എന്റെ കൂടെ വരാനാ നിന്നോട് പറഞ്ഞത്... ഇനി നിന്നെ വിടുന്ന പ്രശ്നമില്ല എന്നു കടും സ്വരത്തിൽ പറഞ്ഞു. അവൾ കൂടുതൽ ഉച്ചത്തിൽ എന്നെ വിടൂ എന്നാർത്തു ബഹളം വെക്കാൻ തുടങ്ങി. ബഹളം കേട്ട് ആൾക്കാർ ഓരോരുത്തരായി ചുറ്റും കൂടാൻ തുടങ്ങി. പെട്ടെന്നാണ് പ്രൗഢ യായ ഒരു സ്ത്രീ പ്രത്യക്ഷപ്പെട്ടത്. രംഗം വീക്ഷിച്ച അവർ പെട്ടെ ന്നാണ് ആ കുട്ടിയെ ശ്രദ്ധിച്ചത്. തന്റെ വിദ്യാർത്ഥിനിയാണല്ലോ, തനിക്കേറെ പരിചയവുമുള്ളവൾ. കലോത്സവങ്ങളിൽ കലാതില കമായി തിളങ്ങിയവൾ. ക്ലാസിൽ എന്നും ഒന്നാം റാങ്ക് നേടിയ വൾ. ഉത്സാഹത്തോടെ പ്രസരിപ്പോടെ ഉല്ലസിച്ചു നടന്നവൾ. ഇവൾ എങ്ങനെ ഇവിടെ ഈ തസ്കരന്റെ കൈയ്യിൽ. പെട്ടെന്നവർ- വിടെടാ കൈ എന്നാക്രോശ സ്വരത്തിൽ ഗർജിച്ചു. പെട്ടെന്നാണ

വൾ അവരെ ശ്രദ്ധിച്ചത്. ടീച്ചർ ആറാം ക്ലാസിൽ അവളുടെ ക്ലാസ് ടീച്ചറായിരുന്നു.

അവരുടെ മുഖത്ത് ദയനീയമായി നോക്കി അവൾ പറഞ്ഞു- “എന്നെ രക്ഷിക്കണം. ഇല്ലെങ്കിൽ ഇയാളെന്നെ ബലമായി പിടിച്ചു കൊണ്ടു പോകും.” ടീച്ചർ അവനോടാക്രോശിച്ചു “കൈ വിടാനാ പറഞ്ഞത്. ഇല്ലെങ്കിൽ നിന്നെ ഞാൻ...” പിന്നെ അവർ കൂടിനി ല്ക്കുന്നവരെ നോക്കി ആജ്ഞാപിച്ചു- “നിങ്ങളെന്താ നോക്കി നില്ക്കുന്നത്. അയാളെ പിടിച്ചു മാറ്റൂ. ഒരു ബാലികയെ ഉപദ്രവി ക്കുന്നത് കണ്ട് നോക്കിനില്ക്കാൻ നിങ്ങൾക്ക് ലജ്ജയില്ലേ.” പെട്ടെ ന്നെല്ലാവരും ചേർന്ന് ബലമായി അയാളെ പിടിച്ചു മാറ്റി. പിടിച്ച പിടിയാലെ അയാളെ അവർ അവിടെനിന്നും കൊണ്ടുപോയി. അവൾ അയാളിൽനിന്നും രക്ഷപ്പെട്ട് ഓടി വന്ന് ടീച്ചറെ കെട്ടിപ്പി ടിച്ചു വിങ്ങി വിങ്ങി കരയാൻ തുടങ്ങി. രണ്ടു കൈകൾ ചേർത്ത് തന്നോടടുപ്പിച്ച് സ്നേഹപൂർവ്വം തലയിൽ തലോടി ടീച്ചർ അവളെ സ്വാന്തനിപ്പിച്ചു. സാവകാശം അവളോടു കാര്യങ്ങളെല്ലാം ചോദി ച്ചറിഞ്ഞു. അവളുടെ തീരാദുഃഖത്തിന്റെ കഥ ടീച്ചറെ വല്ലാതെ നൊമ്പരപ്പെടുത്തി.

വിദേശത്തുള്ള മകൻ. മകന്റെ ഭാര്യ മക്കൾ. മകന്റെ ഭാര്യക്കാ ണെങ്കിൽ നാട്ടുമ്പുറവുമായി യോജിക്കാൻ വളരെ പ്രയാസം. അതു കൊണ്ടുതന്നെ അവർ എപ്പോഴെങ്കിലും വന്നാലായി ഇല്ലെങ്കിലായി എന്ന സ്ഥിതി തുടരുന്നു. സഹയാത്രികനെ നഷ്ടപ്പെട്ട ഏകാന്തത യുടെ തുരുത്തിലകപ്പെട്ട് ഏകാകിനിയായി ജീവിതയാത്ര തുടരാൻ വിധിക്കപ്പെട്ടവൾ. ജോലിയിൽ നിന്നും പിരിയവേ ഒരു കൈത്താ ങ്ങായി താങ്ങും തണലുമായി ആരെങ്കിലും ഒരാൾ അടുത്തുണ്ടാ യിരുന്നെങ്കിലെന്ന് അതിയായി ആഗ്രഹിച്ചവൾ. ടീച്ചർ അവളുടെ മുഖമുയർത്തി. നിറകണ്ണുകളോടെ മുഖമുയർത്തി നിർനിമേഷയായി അവൾ അവരെ നോക്കി. അവളെ നോക്കി നിൽക്കേ ടീച്ചറുടെ മനസ്സു മന്ത്രിച്ചു. ശരിയാണ് ഇവളെ വിധി തന്നെയാണ് തന്റെ അടു ത്തെത്തിച്ചത് എന്നും തന്റെ നൊമ്പരങ്ങൾ കേൾപ്പിച്ച് ഏകാന്തത യിൽ നിന്നും ഒരു മോചനത്തിനായി തന്നെ അനുഗ്രഹിക്കേണമേ എന്ന് പ്രാർത്ഥിച്ച് താൻ അഭയം തേടുന്ന ദൈവം തനിക്കു തന്ന വിലയേറിയ സമ്മാനം. തന്റെ ജീവിതസായാഹ്നത്തിൽ തനിക്കൊരു ഊന്നുവടിയായി ദൈവം തന്ന നിധി. ടീച്ചർ അവളെ അരികിൽ

പിടിച്ചിരുത്തി അവളോടു പറഞ്ഞു- “ഇന്നു മുതൽ നീ അനാഥ യല്ല. നിന്നിൽനിന്നും അകന്നുപോയ നിന്റെ അച്ഛനും അമ്മയും എല്ലാമായി നിന്നെ സ്നേഹിക്കാൻ ഞാനുണ്ട്.”

നിറഞ്ഞ കണ്ണുകളോടെ ആശ്വാസം നിറഞ്ഞ പുഞ്ചിരിയോടെ അവൾ മുഖമുയർത്തി. ഈ കാണുന്നതും കേൾക്കുന്നതും യാഥാർത്ഥ്യമാണോ എന്ന തിരിച്ചറിവിലേക്കെത്താൻ അവളേറെ സമയമെടുത്തു. സ്നേവായ്പോടെ വാത്സല്യം തുളുമ്പുന്ന മാധു ര്യമോടെ മോളേ എന്ന വിളിയോടെ ടീച്ചർ അവളെ തന്നിലേക്കടു പ്പിച്ച് സ്നേഹപൂർവ്വം വാരിപ്പുണർന്നു.

മുത്തശ്ശിപ്പാറ

മുത്തശ്ശിയായിരുന്നു അവൾക്കെല്ലാം. മുത്തശ്ശിയായിരുന്നു അവളുടെ ലോകം എന്നു വേണമെങ്കിലും പറയാം. സ്കൂൾ വിട്ടുവന്നാൽ പിന്നെ മുത്തശ്ശിയുടെ പിറകെ നടക്കുക അവൾക്ക് സന്തോഷപ്രദമായിരുന്നു. വീടിന്നടുത്ത് വലിയ ഒരു കുളമുണ്ട്. വൈകുന്നേരമാണ് മുത്തശ്ശിയുടെ കുളി. അവളുമൊന്നിച്ച് മുത്തശ്ശി കുളത്തിൽ പോകും. വെള്ളത്തിൽ മുങ്ങാനും ഊളിയിട്ടു നീന്താനും ഒക്കെ പഠിപ്പിച്ചതവരാണ്. എന്തു കാര്യം പറയുകയാണെങ്കിലും മുത്തശിക്ക് പഴഞ്ചൊല്ലോ അതിനുദാഹരണമായി ഒരു കഥയോ ഉണ്ടാകും. എല്ലാം പുരാണകഥകൾ. പൊടിപ്പും തൊങ്ങലും വെച്ച് കഥ പറയുന്ന മുത്തശ്ശിയുടെ കഥാശൈലി അവൾക്കേറെ ഇഷ്ടമായിരുന്നു. മുത്തശ്ശിയുടെ പുരാണകഥകളിലൂടെ സഞ്ചരിച്ച് സഞ്ചരിച്ച് അവൾക്കും ആ കഥകളെല്ലാം മനഃപ്പാഠമായിരുന്നു.

വലിയൊരു തറവാടു വീടായിരുന്നു അവളുടേത്. മുത്തശ്ശിയും അവരുടെ നാലു മക്കളും അവരുടെ മക്കളുമടങ്ങുന്ന ഒരു വലിയ കുടുംബം. അന്നൊക്കെ ഒരു ഉത്സവപ്രതീതിയായിരുന്നു ഏതു നേരവും. ഒന്നിച്ചുചേർന്നുള്ള കളികളും ഭക്ഷണം കഴിക്കലും, കുളിക്കാൻ കുളത്തിലേക്കുള്ള യാത്രയും എല്ലാവരും ചേർന്നുള്ള നീന്തിത്തിമർക്കലും. എന്തൊരു മേളമായിരുന്നു അന്നൊക്കെ. കഥപറച്ചിലും കളിയും ചിരിയും നിറഞ്ഞ ബഹളമയമായ ഒരു അന്തരീക്ഷമായിരുന്നു വീട്ടിലെപ്പോഴും. തറവാടു ഭാഗിച്ചപ്പോൾ എല്ലാവരും ഓഹരി വാങ്ങി അവരവരുടെ വീതത്തിൽ വീടുംവെച്ച് താമസമായി. ഇപ്പോൾ അവളും മുത്തശ്ശിയും അമ്മയും മാത്രം. അച്ഛൻ വലിയ രാഷ്ട്രീയക്കാരനാണത്രെ. മുത്തശ്ശി പറയുന്നതു കേൾക്കാം. എന്താണ് രാഷ്ട്രീയം എന്നൊന്നും അവൾക്കറിയില്ല. മുത്തശ്ശിയോട് ചോദിക്കാൻ, ചോദിക്കുന്നത് ഇഷ്ടമായില്ലെങ്കിലോ എന്ന പേടിയാണവൾക്ക്. ആഴ്ചകളിലോ മാസങ്ങളിലോ എപ്പോഴെങ്കിലും ഒരു സന്ദർശകനായി വീട്ടിൽ വരുകയുള്ളൂവെങ്കിലും അവൾക്കച്ഛനെ ജീവനാണ്. വരുമ്പോഴൊക്കെ അവൾക്കെന്തെങ്കിലും സമ്മാന

പ്പൊതി കൊണ്ടുവരാൻ അച്ഛൻ മറക്കാറില്ല. മടിയിലിരുത്തി ലാളിക്കാനും കഥകൾ പറഞ്ഞു രസിപ്പിക്കാനും സമയം കണ്ടെത്തുകയും ചെയ്യും.

മുത്തശ്ശിയാണെങ്കിൽ അച്ഛനെ കണ്ടാൽ അപ്പോൾ തുടങ്ങും വഴക്ക്. അച്ഛനെ വഴക്ക് പറയുമ്പോൾ അവൾക്ക് വിഷമം തോന്നും. കഴിഞ്ഞ പ്രാവശ്യം വന്നപ്പോൾ ഹരിജനങ്ങൾക്ക് ദാനമായി സ്വന്തം ഭൂമി നൽകിയെന്നോ വീട്ടുകാര്യം നോക്കാതെ നാടു നന്നാക്കാനിറങ്ങിയെന്നോ പറഞ്ഞായിരുന്നു വഴക്ക്. മുത്തശ്ശി വഴക്കിനിറങ്ങുമ്പോൾ അച്ഛനും അമ്മയും എപ്പോഴും മൗനം പാലിക്കാറാണ് പതിവ്. അതുകൊണ്ടുതന്നെ വഴക്ക് അധികം നീണ്ടുനില്ക്കാറില്ല.

അവളുടെ വീട്ടിൽ നിന്നു നോക്കിയാൽ കാണുന്ന വലിയ ഉയരമുള്ള പാറയുണ്ട്. സ്റ്റെപ്പുകൾ പോലെ കൊത്തിവെച്ചിട്ടുള്ളതിനാൽ അതിന്റെ മുകളറ്റംവരെ കയറുവാനും വലിയ പ്രയാസമില്ല. ആ പാറയുടെ പേര് വളറുണ്ടൻ പാറ എന്നാണത്രെ. പണ്ടൊരു ദേവത രാത്രിയിൽ അവിടെ തങ്ങിയത്രെ. ഒരു കുഞ്ഞു പാറയിലായിരുന്നു അവർ രാത്രി വിശ്രമിച്ചത്. പോകാൻ നേരത്ത് ദേവത പറഞ്ഞത്രെ- എനിക്കൊരു വിശ്രമസ്ഥലം ഒരുക്കിത്തന്നത് നീയല്ലേ. അതിൽ ഞാനേറെ സന്തുഷ്ടയാണ്. ഇതിന് പ്രത്യുപകാരമായി ഞാനെന്താണ് ചെയ്യേണ്ടത്. പാറ ദേവതയോടപക്ഷിച്ചു- ഈ പരിസരപ്രദേശം മുഴുവൻ കാണാൻ മാത്രം ഉയരമുണ്ടാവാൻ അങ്ങ് എന്നെ അനുഗ്രഹിക്കണം.

ദേവത എന്തു ചെയ്തെന്നോ തന്റെ കയ്യിലെ വള ഊരി എന്തോ മന്ത്രം ചൊല്ലി പാറയിലേക്കെറിഞ്ഞത്രെ. പാറ പെട്ടെന്നുയർന്ന് പിന്നെ ക്രമേണ വളരാൻ തുടങ്ങി. ഇപ്പോൾ അതിനെത്രയോ ഉയരമുണ്ട്. ആ ഗ്രാമത്തിലെവിടെയായാലും ആ പാറ കാണാം. ആ പാറയുടെ മുകളിൽ കയറി നിന്നാൽ ഗ്രാമം മുഴുവൻ കാണാം. വള എറിഞ്ഞതുകൊണ്ടാണത്രെ അതിന്നു വളറുണ്ടൻ പാറ എന്ന പേരു വന്നതെന്നാണ് ഐതിഹ്യം. അത് സത്യമായാലും അസത്യമായാലും ശരിയാകാമെന്നാണവളുടെ വിശ്വാസം. കാരണം, അവളുടെ മുത്തശ്ശിയാണല്ലോ അവൾക്കാ കഥ പറഞ്ഞുകൊടുത്തത്. സ്കൂളിന്നവധിയായ ഒരു ദിവസം അവളേയും കൂട്ടി മുത്തശ്ശി വലിയമ്മയുടെ അടുത്തേക്ക് പോയി. മുത്തശ്ശിയുടെ മൂത്തമകളാണ് അവളുടെ ആ വലിയമ്മ. അവരുടെ മൂന്നു മക്കളിൽ ഇളയവളും അവളും ഒരേ പ്രായക്കാർ. ഒരേ ക്ലാസിൽ പഠിക്കുന്നവർ. തറവാട്ടിൽ ഒന്നിച്ചു

താമസിക്കുമ്പോൾ അവർ ഉറ്റചങ്ങാതിമാരായിരുന്നു. വല്യമ്മയുടെ വീട്ടുപടിക്കൽ എത്തിയപ്പോൾത്തന്നെ അവളുടെ ഉറ്റചങ്ങാതിയായ കളിക്കൂട്ടുകാരി ഓടിവന്നു. സഹോദരിമാർ ഒന്നിച്ചപ്പോൾ സമയം പോയതറിഞ്ഞതേയില്ല. ഉച്ചഭക്ഷണവും വൈകുന്നേരത്തെ ചായയും കഴിഞ്ഞ് അവർ പോകാനിറങ്ങിയപ്പോൾ വല്യമ്മയും മകളും മോളിന്ന് പോകേണ്ടെന്ന് നിർബന്ധം പിടിച്ചു. അവരുടെ നിർബന്ധത്തിനു വഴങ്ങി അവിടെ താമസിക്കാൻ അനുമതി നല്കി മുത്തശ്ശി യാത്ര യായി. സഹോദരിമാർ കളികളിലായി ശ്രദ്ധ. സന്ധ്യയായി. കാലും മുഖവും കഴുകി കത്തിച്ചുവെച്ച തൂക്കുവിളക്കിനരികെ സന്ധ്യാനാമം ചൊല്ലാനിരിക്കേ അവളുടെ മനസ്സിൽ വളറുണ്ടൻ പാറയും അതി ന്നരികിൽ സ്ഥിതിചെയ്യുന്ന അവളുടെ വീടും വീട്ടിലെ അന്തേവാ സികളായ അമ്മയും മുത്തശ്ശിയും പ്രത്യക്ഷപ്പെട്ടു. എന്നും അമ്മ വിളക്കു കൊളുത്തിക്കഴിഞ്ഞാൽ അവളും മുത്തശ്ശിയും ഒന്നിച്ചിരു ന്നാണ് സന്ധ്യാനാമം ചൊല്ലാറ്. ജപിച്ചു കഴിഞ്ഞാൽ മുത്തശ്ശി തൊഴുകൈയോടെ കണ്ണുകളടച്ച് വിളക്കിനു മുന്നിൽ കുറേനേരം മൗനപ്രാർത്ഥന നടത്തും. അവൾ അതനുകരിക്കും. കൂട്ടുകാരിയോ ടൊപ്പമിരുന്ന് നാമം ജപിക്കുമ്പോൾ മുത്തശ്ശയുടെ അഭാവം അവളെ വല്ലാതെ വ്യാകുലപ്പെടുത്തി. ഏകാഗ്രതയോടെ ജപിക്കാനോ പ്രാർത്ഥിക്കാനോ അവൾക്ക് കഴിഞ്ഞില്ല. അവിടുന്നെഴുന്നേറ്റ് കൂട്ടു കാരികൾ പഠനമുറിയിലേക്കു പോയി കുറച്ചു സമയം അവിടെ ചില വഴിച്ചു. വല്യമ്മ ഉണ്ണാൻ വിളിച്ചപ്പോൾ അവർ അടുക്കളയിലേക്കു പോയി. വിഭവസമൃദ്ധമായ ഊണാണ് വല്യമ്മ ഒരുക്കിയത്. ഉണ്ണാ നിരുന്നപ്പോൾ അവളുടെ മനസ്സിലേക്കോടിയെത്തിയത് അമ്മയും മുത്തശ്ശിയും. അവരുടെ വീട്ടിൽ രാത്രി എന്നും കഞ്ഞിയാണ്. തേങ്ങാപ്പാലൊഴിച്ച ചൂടുള്ള കഞ്ഞി ഉപ്പിലിട്ട മാങ്ങയും ചുട്ട പപ്പ ടവും ചേർത്ത് കഴിക്കുമ്പോഴുള്ള സ്വാദ് അവളുടെ വായിൽ വന്നു നിറഞ്ഞു. വിശപ്പെല്ലാം എങ്ങോ പോയ്മറിഞ്ഞു. ഒരുരുള ചോറു ണ്ണാൻ അവൾക്ക് കഴിഞ്ഞില്ല. ചോറുണ്ണാതെ വിഷണ്ണയായി ഇരി ക്കുന്ന അവളോടു വല്യമ്മ കാര്യം തിരക്കിയപ്പോൾ വയറുവേദന എന്ന കളവിലൊതുക്കി അവൾ എഴുന്നേറ്റു കൈ കഴുകി.

ഉറങ്ങാൻ കിടന്നപ്പോഴും അവൾക്കുറങ്ങാൻ കഴിഞ്ഞില്ല. മുത്ത ശ്ശിയുടെ അരികിൽ കിടന്ന് മുത്തശ്ശിയുടെ കഥകൾ കേട്ടു കേട്ടുറ ങ്ങുക എന്നതായിരുന്നു അവളുടെ ശീലം. മുത്തശ്ശിയുടെ സ്വരത്തി

ന്റേയും കരസ്പർശത്തിന്റേയും അഭാവം അവളെ വല്ലാതെ ദുഃഖി തയാക്കി. അവളുടെ കണ്ണിൽനിന്നും കണ്ണുനീർ കുടുകുടെ ഒഴുകാൻ തുടങ്ങി. എപ്പോഴോ അവളൊന്നു മയങ്ങിപ്പോയി. വരാന്തയിൽ ആരുടേയോ സംസാരം കേട്ടാണ് അവളുണർന്നത്. നേരം നന്നേ പുലർന്നിരുന്നു. അവൾ എഴുന്നേറ്റു മുഖം കഴുകി വരാന്തയിലേക്കു നടന്നു. അവൾക്ക് തന്റെ കണ്ണുകളെ വിശ്വസിക്കാൻ കഴിഞ്ഞില്ല. തന്നെ കൊണ്ടുപോകാൻ വന്ന മുത്തശ്ശിയെയായിരുന്നു അവൾ കണ്ടത്. സ്ഥലകാലബോധമില്ലാതെ വല്യച്ഛനും വല്യമ്മയും നില്ക്കു ന്നതുപോലും ശ്രദ്ധിക്കാതെ അവൾ മുത്തശ്ശിക്കരികിലോടിയെത്തി മുത്തശ്ശിയെ കെട്ടിപ്പിടിച്ചു. ചിരിച്ചുകൊണ്ട് മുത്തശ്ശി അവളുടെ മൂർദ്ധാവില് മെല്ലെ തലോടി. ഇളംതെന്നലിന്റെ കുളിർമ്മയുള്ള ആ മൃദുസ്പർശനത്തിൽ ലയിച്ച് അവൾ നിന്നു. മെല്ലെ തലയുയർത്തി മുത്തശ്ശിയെ നോക്കി ചിരി തൂകി നിൽക്കുന്ന മുത്തശ്ശിയുടെ മുഖം നറുംനിലാവിന്റെ വെണ്മയാൽ ശോഭിതമായ ആകാശംപോലെ പ്രകാശപൂരിതമായിരുന്നു. ആഹ്ലാദഭരിതമായ മനസ്സുമായി അവൾ മുത്തശ്ശിയെ ഒന്നുകൂടി കെട്ടിപ്പിടിച്ചു.

തകർന്നുവീണ മോഹഗോപുരം

ഒരു ദൂരയാത്ര എന്നത് അവരുടെ ജീവിതത്തിൽ ഒരിക്കലും സംഭവിക്കാത്ത ഒന്നായിരുന്നു. അവരുടെ വീടും പറമ്പും ഗ്രാമവും അതുതന്നെയായിരുന്നു അവർക്കെല്ലാം. ഇതുവരെ പ്രാരബ്ദങ്ങളുടെ പടുകുഴിയിൽപ്പെട്ട് നിവർന്നുനില്ക്കാൻപോലും സമയം കിട്ടാത്തവർ. നാടും നഗരവും കാണുക, തീവണ്ടിയിൽ യാത്ര ചെയ്യുക എന്നതൊക്കെ അവർക്ക് ആഹ്ലാദപ്രദമായ കാര്യമാണെങ്കിലും ഇതുവരെ അങ്ങനെയൊരു സുവർണ്ണാവസരം അവരുടെ ജീവിതത്തിൽ കൈവന്നിട്ടില്ല. കൂലിപ്പണിക്കാരായിരുന്നു അവർ ഭാര്യയും ഭർത്താവും. മൂന്നു കുട്ടികൾ. തങ്ങളെപ്പോലെതന്നെ അവരും വിദ്യാഭ്യാസമില്ലാത്തവരാകരുത് എന്നു ആഗ്രഹിച്ചവർ. മൂത്തത് ആൺകുട്ടി. ഇളയവർ രണ്ടും പെൺകുട്ടികൾ. മൂന്നുപേർക്കും ഉന്നത വിദ്യാഭ്യാസം. മകൻ കോളേജദ്ധ്യാപകൻ. നാട്ടിൽ പ്രിയങ്കരൻ. പെൺമക്കളെ രണ്ടുപേരേയും കല്യാണം കഴിച്ചതും ജോലിയുള്ളവർതന്നെ. മൂത്തവൾ മൈസൂരിൽ. ഭർത്താവിന്നവിടെയാണ് ജോലി. അവിടെ വീട് വാങ്ങി സ്ഥിരതാമസമാക്കി. എപ്പോഴെങ്കിലും സൗകര്യപ്പെട്ടാൽ വീട്ടിൽ വരും അത്രതന്നെ. രണ്ടാമത്തവളുടെ ഭർത്താവിന് പല സ്ഥലങ്ങളിലായി ജോലി ചേയ്യേണ്ടിവന്നു. ഒടുവിൽ ഇപ്പോൾ ബാംഗ്ലൂരിൽ സ്ഥിരമായി അവിടെ വീടുവെച്ചു. അവർക്ക് നിർബന്ധം ഗൃഹപ്രവേശനത്തിന് അച്ഛനും അമ്മയും ഏട്ടനും ഏട്ടത്തിയമ്മയും കുട്ടികളും നിശ്ചയമായും പങ്കെടുത്തേ തീരൂ. മകൻ കല്യാണം കഴിച്ചത് വീട്ടിൽനിന്നും നാലു മൈൽ ദൂരമേയുള്ളൂ. സ്കൂൾ ടീച്ചറാണ്. മക്കൾ അവളുടെ വീട്ടിൽനിന്നാണ് സ്കൂളിൽ പോകുന്നത്. മകനും മരുമകളും അച്ഛനമ്മമാരുടെ കൂടെയാണ് താമസം. അങ്ങനെയിരിക്കെയാണ് മകളുടെ വിളി വന്നത്. ജീവിതസായാഹ്നത്തിലൊരു യാത്ര.

ഒരിക്കലും ഒരു യാത്രയെപ്പറ്റി സ്വപ്നത്തിൽപ്പോലും അവർ ചിന്തിച്ചിരുന്നില്ല. മക്കളുടെ ജീവിതമായിരുന്നു അവരുടെ മുന്നിൽ. അവർക്കൊരു ബുദ്ധിമുട്ടുമുണ്ടാകരുത്. അതിനു നിത്യവും

ജോലിക്കു പോകും. എന്തു ജോലിയും ചെയ്യാൻ അവർ സന്നദ്ധരുമായിരുന്നു. മക്കളുടെ വിദ്യാഭ്യാസം, അവരുടെ വിവാഹം, പെൺമക്കളുടെ പ്രസവം അങ്ങനെ ആവശ്യങ്ങൾ അവരുടെ മുന്നിൽ നിരന്നുകൊണ്ടേയിരുന്നു. അതിനിടെ അവരുടെ ജീവിതമോ ജീവിതത്തിൽ കിട്ടാനിടയുള്ള സന്തോഷങ്ങളോ ഒന്നും അവരോർത്തിരുന്നില്ല. രണ്ടു ദിവസം മുമ്പേ മകനും ഭാര്യയും കൂടിയാണ് പറഞ്ഞത് മകളുടെ ഗൃഹപ്രവേശനത്തിന് നമുക്കെല്ലാവർക്കും പോകാം. മക്കളുടെ തീരുമാനം കേട്ടപ്പോൾ ഈ യാത്ര അവരേറെ ആഗ്രഹിച്ചു. ഭാഗ്യദേവതയുടെ കടാക്ഷത്താൽ അങ്ങനെയൊരു സൗഭാഗ്യം തങ്ങൾക്കു ലഭിച്ചല്ലോ എന്നവരോർത്തു. യാത്ര അവരുടെ മനസ്സിൽ സ്വപ്നങ്ങളുടെ വലിയൊരു കൂടാരം തീർത്തു. രണ്ടു ദിവസം മുഴുവൻ അവർക്ക് ഒരുക്കങ്ങളുടെ ദിവസങ്ങളായിരുന്നു. എല്ലാ ജോലിയും യാന്ത്രികമായി ചെയ്യുക എന്നതല്ലാതെ അവരുടെ മനസ്സിൽ എപ്പോഴും തീവണ്ടിയാത്രയും മകളുടെ വീടും പട്ടണവും ആയിരുന്നു.

അങ്ങനെ അവർക്കു പോകേണ്ട ദിവസം വന്നെത്തി. യാത്രയ്ക്കു വേണ്ട എല്ലാ തയ്യാറെടുപ്പുമായി അവർ വരാന്തയിൽ എത്തി. വാതിൽ പൂട്ടി മകൻ താക്കോൽ കീശയിൽ വെച്ചു. മക്കളേയും കൂട്ടി അവരുടെ അമ്മച്ഛൻ അവർക്കു പോകാനുള്ള വാഹനവുമായി വരുമെന്നായിരുന്നു പറഞ്ഞിരുന്നത്. അവർ വരാന്തയിൽ കാത്തിരുന്നു. പറഞ്ഞ സമയം കഴിഞ്ഞിട്ടും അവരെ കാണാതിരുന്നപ്പോൾ അവർ വ്യാകുലചിത്തരായിരിക്കേ മോന്റെ ഫോൺ ശബ്ദിച്ചു. അവളുടെ വീട്ടിൽനിന്നാണ്. അമ്മച്ഛന് പെട്ടെന്നെന്തോ അസുഖം വന്നതിനാൽ കുട്ടികളെ അവിടെ എത്തിക്കാൻ നിർവ്വാഹമില്ല. അവർക്ക് റെയിൽവേ സ്റ്റേഷൻവരെ എത്താനായിരുന്നു വണ്ടി ഏർപ്പാടാക്കിയിരുന്നത്. ഫോൺ വെച്ചു മകൻ പറഞ്ഞു- ഞാൻ ബൈക്കുമെടുത്തു പോയി കുട്ടികളേയും കൂട്ടി വരാം. മരുമകൾ പറഞ്ഞു- ഞാൻകൂടി വരാം. തിരിച്ചു നമ്മൾക്ക് ആ വാഹനത്തിൽ വരാമല്ലോ. അച്ഛന്റെ വിവരവുമറിഞ്ഞ് വേഗം വരാം. അതാണ് നല്ലതെന്ന് മകനും തോന്നി. അവൻ അച്ഛനോടും അമ്മയോടുമായി പറഞ്ഞു- നിങ്ങളിവിടെ ഇരിയ്ക്കൂ ഞങ്ങൾ കുട്ടികളെയും കൂട്ടി വേഗം വരാം. സമ്മതഭാവത്തോടെ അച്ഛനും അമ്മയും തലയാട്ടി. പക്ഷേ, വിചാരിച്ചതുപോലെയല്ല സംഭവിച്ചത്. വഴിക്കുവെച്ച്

അവരുടെ ബൈക്കും എതിരെ വന്ന ബസ്സുമായി കൂട്ടിയിടിച്ചു. പരിക്കുപറ്റിയ അവരെ ചുറ്റും കൂടിനിന്നവരിലൊരാൾ ആസ്പത്രിയിലെത്തിച്ചു. പക്ഷേ ഇതൊന്നുമറിയാതെ യാത്രയ്ക്കുള്ള വണ്ടിയും കൊണ്ടുവരാമെന്നു പറഞ്ഞ മകനേയും കാത്ത് അവർ അക്ഷമയോടെ കാത്തിരുന്നു. താക്കോൽ അവന്റെ കൈവശമാണ്. ആരെക്കൊണ്ടെങ്കിലും വിളിപ്പിക്കാമെന്നു വെച്ചാൽ അവരുടെ ഫോൺനമ്പറുമറിയില്ല.

ഉച്ചകഴിഞ്ഞു. കത്തിക്കാളുന്ന വിശപ്പുമായി എന്തു ചെയ്യേണ്ടു എന്നറിയാതെ വിഷണ്ണരായി അവരങ്ങനെ ഇരുന്നു. അയൽക്കാരോടെല്ലാം പോകുന്ന വിവരം പറഞ്ഞതിനാൽ ആരും അവരെ ശ്രദ്ധിച്ചതുമില്ല. അപ്പോഴാണ് അവിചാരിതമായി അവിടുത്തെ പഞ്ചായത്ത് മെമ്പർ അവിടേക്ക് വന്നത്. വിവരങ്ങളെല്ലാം അയാൾ അവരിൽനിന്നു ചോദിച്ചു മനസ്സിലാക്കി. മകന്റെ ഒരു സുഹൃത്തുകൂടിയായിരുന്ന പഞ്ചായത്ത് മെമ്പർ, ഞാൻ അന്വേഷിക്കട്ടെ എന്നു പറഞ്ഞു അയാൾ അവിടെനിന്നിറങ്ങി. മെമ്പർ അവിടെനിന്നിറങ്ങുന്നതുകണ്ട അയൽക്കാരൻ അയാളുടെ അടുത്തു വന്നു കാര്യങ്ങൾ തിരക്കി. ഇന്നു രാവിലെ എല്ലാവരും യാത്ര പോകുകയാണെന്ന് പറഞ്ഞതിനാലാണ് ആരും അവരെ ശ്രദ്ധിക്കാതെ പോയത്. പഞ്ചായത്ത് മെമ്പറിൽനിന്നും വിവരമറിഞ്ഞ അയൽക്കാരൻ അയാളിൽനിന്നും വിവരമറിഞ്ഞ മറ്റൊരാൾ അങ്ങനെ അങ്ങനെ അന്വേഷകരുടെ മഹാപ്രളയവലയത്തിന്നുള്ളിൽ ആ അമ്മയും അച്ഛനും വേപുധപൂണ്ട മനസ്സുമായി അവിടെ ഇരുന്നു. പലരും പലതരം അഭ്യൂഹങ്ങൾ പറഞ്ഞുപരത്തി. മകൻ അവരെ വഞ്ചിച്ചതാണെന്നും വീടുപൂട്ടി വീട്ടുവരാന്തയിൽ ഉപേക്ഷിച്ചു പോയതാണെന്ന് ചിലർ വായിൽ വരുന്നത് കോതയ്ക്കു പാട്ട് എന്ന പഴമൊഴിപോലെ ഓരോരുത്തരും അവരവരുടേതായ അഭിപ്രായങ്ങളുമായി അവിടെ തമ്പടിച്ചു. ആ മകനെ നല്ലവണ്ണം അറിയാവുന്നവർ ഒരിക്കലും അവൻ അങ്ങനെയൊരു അനീതി പ്രവർത്തിക്കില്ലെന്നും വിശ്വസിക്കുന്നവരും ആ കൂട്ടത്തിലുണ്ടായിരുന്നു. അച്ഛന്റേയും അമ്മയുടേയും മനസ്സിലുണ്ടായിരുന്നതും ഒരിക്കലും തന്റെ മകനും മരുമകളും തങ്ങളെ ഉപേക്ഷിച്ചുകളയാൻ മാത്രമുള്ള ക്രൂരകൃത്യങ്ങളൊന്നും ചെയ്യില്ല എന്ന ആത്മവിശ്വാസമായിരുന്നു. എത്രയോ സന്തോഷപ്രദമായിരുന്നു അവരുടെ ജീവിതം. അച്ഛന്റേയും അമ്മയുടേയും

ഇഷ്ടങ്ങൾ, ആഗ്രഹങ്ങൾ എല്ലാം അവരുടെ ഈഷ്ടങ്ങളും ആഗ്ര ഹങ്ങളുമായേ അവർ കണ്ടിരുന്നുള്ളൂ. ശമ്പളം കിട്ടിയാൽ നിശ്ചിത മായ ഒരു തുക എല്ലാ മാസവും നിർബന്ധപൂർവ്വം അവർ അച്ഛനെ ഏല്പിക്കുമായിരുന്നു. കൂലിപ്പണി ചെയ്തു തന്നെ ഈ നിലയി ലെത്തിച്ച അച്ഛനേയും അമ്മയേയും അവന് സ്നേഹവും ബഹുമാ നവുമായിരുന്നു. എല്ലാ കാര്യങ്ങളും അച്ഛനോടന്വേഷിച്ച് അച്ഛന്റെ സമ്മതപ്രകാരം ചെയ്താലെ അവനു തൃപ്തിയാകുമായിരുന്നുള്ളൂ. അവന്റെ ഈ ചെയ്തികൾക്കെല്ലാം മരുമകളും ഒപ്പം നിന്നിരുന്നു. ഇപ്പോൾ തന്നെ അച്ഛനേയും അമ്മയേയും കൊണ്ടുപോകണമെ ന്നത് അവന്റെ ആഗ്രഹമായിരുന്നു. നിങ്ങൾ ഞങ്ങളുടെ കൂടെ വരു ന്നില്ലെങ്കിൽ ഞങ്ങളും ഈ യാത്ര റദ്ദാക്കും എന്നുവരെ അവൻ പറഞ്ഞിരുന്നു. അങ്ങനെ അവന്റെ ഇഛപ്രകാരം യാത്ര പ്ലാൻ ചെയ്ത അവൻ ഒരു ചതിപ്രയോഗത്തിനും മുതിരില്ല എന്നവർ ഉറച്ചു വിശ്വസിച്ചിരുന്നു. സ്നേഹവും സൗമ്യമായ പെരുമാറ്റം നല്കുകയും അതേറ്റു വാങ്ങിയും ശീലിച്ച സഹൃദയനായ സ്നേഹസമ്പന്നനായ ഒരുവനിൽനിന്നും വഞ്ചന എന്ന പദം അവനെ സ്പർശിക്കുകകൂ ടിയില്ലെന്ന് അവർ ദൃഢമായി വിശ്വസിച്ചു.

പെട്ടെന്ന് വെള്ളിടിപോലെ ഒരു ചിന്ത അവരുടെ മനസ്സിലേക്കി രച്ചു കയറി. മക്കൾക്കെന്തെങ്കിലും ആപത്ത്. സത്യാവസ്ഥ അതാ കരുതേ എന്നവർ ആശിച്ചു. അവരുടെ വീട്ടിൽ നിന്നും കുറച്ചകലെ യായി അഗതികൾക്കാശ്രയം കൊടുക്കുന്ന ഒരു മന്ദിരമുണ്ടായിരു ന്നു. മക്കളില്ലാത്ത ധനികരായ മദ്ധ്യവയസ്കരായ ദമ്പതിമാർ അവ രുടെ കൊട്ടാരസദൃശമായ മന്ദിരം അഗതിമന്ദിരമാക്കി അശരണരാ യ, എല്ലാവരിൽനിന്നും ഉപേക്ഷിക്കപ്പെട്ട ആളുകളെ സംരക്ഷിക്കുക എന്നതായിരുന്നു അവരുടെ ലക്ഷ്യം. ആൾക്കൂട്ടത്തിൽ ആരോ ഒരാൾ ആ അഭയകേന്ദ്രത്തിലേക്ക് ഫോൺ ചെയ്തു വിവരമറിയിച്ചു. അവിടുത്തെ മാനേജിങ് സ്റ്റാഫ് ഉടൻതന്നെ വാഹനവുമായെത്തി. വീട്ടുവരാന്തയിൽ ഉപേക്ഷിച്ചു കടന്നുകളഞ്ഞ മകന്റെ വൃത്താന്തം കേട്ടറിഞ്ഞെങ്കിലും ആ വൃദ്ധ ദമ്പതികളോടു നേരിട്ടന്വേഷിച്ചറിയ ണമെന്ന ഉദ്ദേശ്യത്തോടെയായിരുന്നു അവർ വന്നത്. അപ്പോഴാണ് പത്രമോഫീസിൽനിന്നും ഒരു വാഹനം അവിടെ എത്തിച്ചേർന്നത്. വാതിൽ പൂട്ടി വൃദ്ധദമ്പതികളെ വരാന്തയിലിരുത്തി നിർദാക്ഷിണ്യം അവരെ ഉപേക്ഷിച്ചുപോയ മകന്റെ കാര്യങ്ങൾ ആരോ വിളിച്ചുപറ ഞ്ഞറിഞ്ഞതായിരുന്നു അവർ.

ഓരോരുത്തരായി വന്നുചേർന്ന് വീട്ടുമുറ്റം ജനനിബിഡമാകാൻ അധികം സമയം വേണ്ടിവന്നില്ല. ഫോട്ടോഗ്രാഫർമാരും ആ കൂട്ടത്തിലുണ്ടായിരുന്നു. ഒരു വാർത്ത കിട്ടിയ വലിയ സന്തോഷത്തിലായിരുന്നു വന്നുചേർന്നവരെല്ലാം. എന്നാൽ മക്കളുടെ വിവരങ്ങളൊന്നുമറിയാതെ അവരൊരു ആപത്തിലും പെട്ടിരിക്കരുതെന്നും മനമുരുകി പ്രാർത്ഥിക്കുന്ന, വിശപ്പെന്ന ശത്രുവിനെ നേരിടാനാവാതെ ഞെരിപിരികൊള്ളുന്ന ആ വൃദ്ധദമ്പതികളെ എന്തെങ്കിലും ഒരാശ്വാസവാക്കു പറഞ്ഞാശ്വസിപ്പിക്കുവാൻ ആ കൂട്ടത്തിലാരുമുണ്ടായിരുന്നില്ല. പെട്ടെന്ന് ധൃതിയിൽ ഒരു വാഹനം അവിടേയ്ക്കു കുതിച്ചുവന്നു. ആളുകളെല്ലാം വഴിമാറി നിന്നു. അതിൽനിന്നിറങ്ങിയത് പഞ്ചായത്ത് മെമ്പറായിരുന്നു. ആദ്യം വീട്ടിൽ വന്നപ്പോൾ ഞാൻ അന്വേഷിക്കട്ടെ എന്നു പറഞ്ഞ അയാൾ അവിടെനിന്നിറങ്ങി അന്വേഷണവുമായി നേരെ പോയത് പോലീസ് സ്റ്റേഷനിലേക്കായിരുന്നു. അവിടെനിന്നാണ് വാഹനാപകടത്തെപ്പറ്റി അറിഞ്ഞത്. പരിക്കേറ്റവരെ ഏതാശുപത്രിയിലേക്കാണ് കൊണ്ടുപോയതെന്ന വിശദവിവരങ്ങളുമായാണ് അയാൾ ആശുപത്രിയിലെത്തിയത്. ബസ്സ് വന്നിടിച്ചപ്പോൾ ബൈക്കിൽനിന്നും തെറിച്ചുപോയതിനാൽ വലിയ പരിക്കുകളൊന്നുമില്ലാതെയാണ് അവർ രക്ഷപ്പെട്ടത്. തെറിച്ചുവീണ ഷോക്കിൽ പക്ഷേ അവർക്ക് ബോധമുണ്ടായിരുന്നില്ല. ഒരു മണിക്കൂറിന്നു ശേഷം രണ്ടുപേർക്കും ബോധം വീണു. വലിയ ക്ഷതമൊന്നുമില്ലെങ്കിലും മൂന്നാലു ദിവസം ആസ്പത്രിയിൽ കിടക്കേണ്ടിവരും. പഞ്ചായത്തുമെമ്പറിന്റെ സുഹൃത്തുകൂടിയായ മകന് അയാളെ കണ്ടപ്പോൾ വലിയ ആശ്വാസം തോന്നി. അച്ഛന്റേയും അമ്മയുടേയും വിവരങ്ങൾ അന്വേഷിച്ചറിഞ്ഞ ശേഷം മകൻ താക്കോൽ അയാളെ ഏല്പിച്ചു.

പഞ്ചായത്ത് മെമ്പർ അച്ഛന്റേയും അമ്മയുടേയും അടുത്തിരുന്ന് വിവരങ്ങളെല്ലാം അവരെ ധരിപ്പിച്ചു. വിവരങ്ങളെല്ലാം അറിഞ്ഞപ്പോൾ ഷോക്കേറ്റപോലെ നിശ്ചേഷ്ടരായിരുന്ന അവരെ സാന്ത്വനവാക്കുകൾ പറഞ്ഞു മെമ്പർ സമാധാനിപ്പിച്ചു. ആക്സിഡന്റിന്റെ വിവരമറിഞ്ഞതും തിങ്ങിക്കൂടിയ ജനങ്ങളെല്ലാം ഓരോരുത്തരായി പിരിഞ്ഞുപോയി. പഞ്ചായത്ത് മെമ്പറും അച്ഛനുമമ്മയും ശേഷിച്ചു. വാതിൽ തുറന്ന് കയ്യിൽ കരുതിയിരുന്ന ഭക്ഷണപ്പൊതി അവരെ ഏല്പിച്ചു. ഭക്ഷണം കഴിക്കാൻ വിസമ്മതം കാണിച്ച അവരെ നിർബ്ബ

സ്ധപൂർവ്വം പിടിച്ചിരുത്തി ഭക്ഷണം കഴിപ്പിച്ചു. ഭക്ഷണത്തിനുശേഷം അവരേയും കൂട്ടി ആസ്പത്രിയിലേക്കു പോകാൻ തയ്യാറായി. കാറിൽ കയറി ഇരിക്കവെ അവർ വലിയ പരിക്കുകളൊന്നുമില്ലാതെ തന്റെ മക്കളെ ജീവനോടെ തിരിച്ചുതന്ന ജഗദീശ്വരനോടു മൗന മായി പ്രാർത്ഥിച്ചു. എന്നും വഴികാട്ടിയായി വിഘ്നങ്ങളിൽ നിന്നെല്ലാമകറ്റി ഞങ്ങളുടെ കൂടെ ഉണ്ടാവണേ എന്ന് അവർ ദൈവ ത്തോടപേക്ഷിച്ചു. സഹസ്രനാമങ്ങൾ മനസ്സിലുരുവിട്ട് കൈകൂകപ്പി കണ്ണുകളടച്ചു ധ്യാനനിമഗ്നരായി മക്കൾക്ക് വേഗം സുഖപ്പെടണേ എന്ന പ്രാർത്ഥനയോടെ അവരിരുന്നു.

ഭൂതകാലത്തിന്റെ താളുകൾ

ഞായറാഴ്ചകൾതോറും നടത്തുന്ന ഗാനാലാപനം. ഒരു സ്നേഹക്കൂട്ടായ്മ. അവരൊരു പത്തിരുപതു പേർ നടത്തുന്ന സംഗമം. ഈ ഗാനപ്രപഞ്ചത്തിലേക്കു പണ്ടെങ്ങോ മറവിയുടെ മായാപ്രപഞ്ചത്തിൽ മയങ്ങി കിടന്നിരുന്ന കവിതകളും പാട്ടുകളുമെല്ലാം തിരഞ്ഞെടുത്ത് ഉല്ലാസവും ആഹ്ലാദവും അലയടിച്ചുയരുന്ന സ്വരാക്ഷരങ്ങളായി അവർ പാടിതിമർക്കവെ അവളും ഭൂതകാലത്തിന്റെ തിരശീലകളിൽ കാറ്റും വെളിച്ചവുമേല്ക്കാതെ മറവിയുടെ കമ്പിളിപ്പുതപ്പിനുള്ളിൽ മയങ്ങിക്കിടന്നിരുന്ന അവളുടെ ബാല്യവും ക്ലാസ് മുറികളുമെല്ലാം അവളുടെ മനസ്സിൽ നീലാകാശത്തിൽ വെണ്മയാർന്നതും നിലാവിൽ മിന്നിത്തിളങ്ങുന്ന താരകങ്ങൾ കണക്കെ തിളങ്ങി നിന്നു. വിശാലമായ ഒരു വലിയ ഹാളും തട്ടികകളൊന്നുമില്ലാതെ അടുത്തടുത്ത് ക്രമീകരിച്ചിരിക്കുന്ന ക്ലാസ് മുറികളും പൂർവ്വാധികം ഊർജ്ജസ്വലതയോടെ തെളിഞ്ഞു വന്നു. അവൾ ഇപ്പോൾ ഒരു രണ്ടാം ക്ലാസുകാരിയായി. കൂട്ടുകാരുടെ ഇടയിൽ നിരത്തിയിട്ട ബെഞ്ചിൽ കുഞ്ഞുടുപ്പുമിട്ടിരിക്കുന്ന ബാലികയായി.

അവളുടെ ക്ലാസ് ടീച്ചർ അന്നു ലീവായിരുന്നതിനാൽ ഹാജരെടുക്കുവാൻ ഒരധ്യാപകൻ വന്ന് ഹാജറെടുത്തു എന്നതല്ലാതെ പിന്നെയാരും വരികയുണ്ടായില്ല. കുട്ടികളാണെങ്കിൽ തമ്മിൽത്തമ്മിൽ കുശലം പറഞ്ഞും ക്ലാസ് മുറികളിൽ ഓടിക്കളിച്ചും തങ്ങൾക്കറിയാവുന്ന കളികൾ കളിച്ചും രസിച്ചും അന്തരീക്ഷം ശബ്ദമുഖരിതമാക്കി. ഗത്യന്തരമില്ലാതെ അടുത്ത ക്ലാസിൽ പഠിപ്പിച്ചിരുന്ന അധ്യാപകൻ ക്ലാസിലേക്കു വന്നു. എല്ലാവരും നിശ്ശബ്ദരായി എഴുന്നേറ്റു നിന്നു നമസ്തേ പറഞ്ഞു. “എല്ലാവരും മലയാള പുസ്തകമെടുത്ത് കഴിഞ്ഞ ക്ലാസിൽ പഠിപ്പിച്ചിരുന്ന അക്ഷരങ്ങളും വാക്കുകളും എഴുതി പഠിക്കൂ” അധ്യാപകൻ എല്ലാവരോടുമായി പറഞ്ഞു. അപ്പോൾ ഒരു കുട്ടി എഴുന്നേറ്റു പറഞ്ഞു “ഇന്നലെ ഞങ്ങളെ ഒരു കവിതയാണ് പഠിപ്പിച്ചുതന്നത്. അത് മനഃപാഠമാക്കി പഠിക്കുവാൻ പറഞ്ഞിരുന്നു. അതു വായിക്കട്ടെ.” വായിക്കുവാൻ നല്ലവണ്ണം അറി

യില്ലെങ്കിലും പരസഹായത്തോടെ ചൊല്ലുവാൻ എല്ലാവരും പഠിച്ചിരുന്നു. "എന്നാൽ അതു മതി, പക്ഷേ അധികം ശബ്ദകോലാഹലമില്ലാതെ സ്വരം താഴ്ത്തി പാടണം" എന്ന ആഹ്വാനത്തോടെ അദ്ധ്യാപകൻ താൻ നിർത്തിവെച്ച ക്ലാസ് തുടരാൻ അടുത്ത ക്ലാസിലേക്കു പോയി.

കുട്ടികളുടെ മുഖത്ത് ആഹ്ലാദത്തിന്റെ അലകൾ മിന്നി. നേർത്ത പുഞ്ചിരിയായി എല്ലാവരുടെയും ചുണ്ടുകളിൽ തത്തിക്കളിച്ചു. പുസ്തകമെടുത്ത് ആ പേജു നിവർത്തി വായിക്കുവാൻ അറിയുന്നവരും അറിയാത്തവരും തങ്ങൾക്കാകാവുന്നത്ര സ്വരമാധുരിയിൽ കവിതാലാപനം തുടങ്ങി. ഓരോ ബഞ്ചുകളിലും അഞ്ചോ ആറോ കുട്ടികളുണ്ടായിരുന്നു. നാലഞ്ചു വരികൾ പാടിക്കഴിഞ്ഞപ്പോൾ അവർക്കുതന്നെ വായന ഹരമായി മാറി. പുസ്തകം താഴെ വെച്ചു അവർ ഓരോരുത്തരും തോളിൽ പരസ്പരം കൈവെച്ച് ആടി ആടി പാടാൻ തുടങ്ങി. ഒരു ബെഞ്ചിലെ കുട്ടികളുടെ ആലാപനവും കൈ തോളിൽ വെച്ചുള്ള ആട്ടവും കണ്ട് മറ്റു കുട്ടികളും അനുകരിച്ചു.

"അച്ഛമ്മേ" എന്ന വിളി കേട്ട് അവൾ ചിന്തയിൽനിന്നുണർന്നു. മകന്റെ കുട്ടിയാണ്. പെട്ടെന്നവളുടെ മുന്നിൽനിന്നും ആഹ്ലാദഭരിതമായ അന്തരീക്ഷവും ആടിപ്പാടി തിമർത്ത കൊച്ചു കൂട്ടുകാരികളും പോയ് മറഞ്ഞു. അവളോർത്തു അന്നത്തെ ആ അധ്യാപകൻ എത്ര നിശ്ശബ്ദമായ അന്തരീക്ഷത്തിൽ എത്ര മനസ്സമാധാനത്തോടെയായിരിക്കും അന്നത്തെ ക്ലാസെടുത്തിട്ടുണ്ടായിരിക്കുക. അതോർത്ത് അവളുടെ ചുണ്ടിൽ ഒരു ചെറുപുഞ്ചിരി തെളിഞ്ഞു.

ഉയിർത്തെഴുന്നേൽപ്പ്

ഭർത്താവ് ജോലിയ്ക്ക് പോകാനുള്ള ഒരുക്കത്തിലായിരുന്നു. വാർപ്പുപണിയാണ്. കോളനിയിലാണ് അവരുടെ താമസം ഗവൺമെന്റ് കോളനി. വീടു മാത്രം. കുടുംബം മുന്നോട്ടു പോകുന്നത് ഭർത്താവ് എന്നും ജോലിക്കു പോകുന്നതുകൊണ്ടാണ്. ഭർത്താവും ഭാര്യയും ഒരു വയസ്സായ കുഞ്ഞും അതാണവരുടെ കുടുംബം. വലിയ കഷ്ടപ്പാടൊന്നും അറിയിക്കാതെയാണ് അയാൾ കുടുംബം പോറ്റിയിരുന്നത്. ദൂരെയെവിടെയോ ആണ് പണി. ഒരാഴ്ച കഴിഞ്ഞേ വരാൻ കഴിയുള്ളൂ. അടുത്തടുത്ത് വീടുകളുള്ളതിനാൽ ആളില്ലാത്ത വിഷമം അനുഭവപ്പെടാറില്ല. കൂടെ പോകുന്നവർ മിക്കപേരും ഈ കോളനിയിൽ തന്നെയുള്ളവരാണ്. പണിയായുധങ്ങൾ കൊണ്ടുപോകേണ്ടതിനാൽ വാഹനം വിളിച്ചാണ് അവർ പോകാറുള്ളത്.

കൃത്യം 6 മണിക്കുതന്നെ അയാൾ യാത്രപറഞ്ഞിറങ്ങി. അയാൾ നടന്നകലുന്നത് നിർനിമേഷയായി അവൾ നോക്കിനിന്നു. ഒരാഴ്ചത്തേയ്ക്കു എല്ലാ സാധനങ്ങളും യാത്രയ്ക്കു മുമ്പേ അയാൾ സംഘടിപ്പിച്ചു വെച്ചിട്ടുണ്ടായിരുന്നു. ഇത്രയ്ക്കു കരുതലും സ്നേഹവുമുള്ള ഭർത്താവിനെ കിട്ടിയത് തന്റെ മുൻജന്മസുകൃതമായിരിക്കാം എന്നാണവളുടെ വിശ്വാസം. ഭർത്താവിന്റെ ബാല്യത്തിൽത്തന്നെ അമ്മ മരിച്ചു. രണ്ടാനമ്മ വന്നതോടെ അവന്റെ കഷ്ടകാലവും തുടങ്ങി. അച്ഛൻ ജോലിക്കു പോയാൽ പിന്നെ അവരുടെ ക്രൂരമായ പെരുമാറ്റവും ജോലി ചെയ്യിക്കലും പട്ടിണിക്കിടലും എറെനാൾ ഇതെല്ലാം സഹിച്ചു ജീവിച്ചതുമെല്ലാം ഭർത്താവ് അവളോട് പറഞ്ഞിരുന്നു. വീടുവിട്ടിറങ്ങി പലയിടത്തും കറങ്ങി അവസാനം എത്തിപ്പെട്ടത് ഇവിടെയാണ്. ഇവിടെ നന്മയും മറ്റുള്ളവരുടെ ദുഃഖങ്ങൾ കണ്ടറിയാൻ സന്മനസ്സുമുള്ള എല്ലാവരും വല്യേട്ടൻ എന്നു വിളിച്ചിരുന്ന ആളായിരുന്നു അയാൾക്കഭയം കൊടുത്തിരുന്നത്. അയാളുടെ വീട്ടിൽ താമസിച്ചു ഏതു ജോലിയും ചെയ്യാനുള്ള കഴിവും സാമർത്ഥ്യവും നേടി. അഞ്ചാംക്ലാസിൽ പഠിക്കുമ്പോഴായിരുന്നു നാടുവിട്ടത്. വല്യേട്ടന്റെ നിർബന്ധത്തിനു വഴങ്ങി സായാഹ്ന ക്ലാസു

കളിൽ പോയി പത്താം ക്ലാസ് പരീക്ഷയെഴുതി പാസ്സായി. ജീവിതം എന്താണെന്നും ജീവിക്കാനുള്ള മോഹവും വന്നത് അയാളുടെ കൂടെ താമസിച്ചപ്പോഴാണത്രേ. എന്തിനും ഏതിനും അയാളുടെ ജീവിതത്തിലെ ഒരു മാർഗ്ഗദർശി ആയിരുന്നു ആ മനുഷ്യൻ. കല്യാണം കഴിപ്പിക്കാൻ മുൻകൈയെടുത്തതും കോളനിയിൽ ഒരു വീട് സ്വന്തമാക്കാനും സഹായിച്ചതും വല്യേട്ടൻ എന്ന ആ വലിയ മനുഷ്യനായിരുന്നു. സ്നേഹത്തിന് ഇത്രയേറെ മാധുര്യമുണ്ടെന്ന് മനസ്സിലായത് എന്റെ ജീവിതത്തിലേക്കു നിന്റെയും കുഞ്ഞിന്റെയും ആഗമനത്തോടെയാണെന്നും ഭർത്താവ് അവളോടു പറയാറുണ്ടായിരുന്നു.

താനും ശരിയ്ക്കു ഒരു ഏകാന്തപഥികതന്നെയായിരുന്നില്ലേ എന്നവളോർത്തു. നാട്ടിൽ പടർന്നു പിടിച്ച ഒരു പനിയായിരുന്നു അവളെ അവളുടെ അച്ഛനമ്മയിൽനിന്നകറ്റിയത്. പിന്നെ ഉണ്ടായിരുന്നത് മുത്തശ്ശിയായിരുന്നു. കാലാകാലങ്ങളോളം ജോലിക്കു പോകുന്ന വീട്ടിലെ കാരണവരുടെ കാരുണ്യത്താൽ കിട്ടിയ സ്ഥലത്ത് ഒരു കുഞ്ഞു വീടുവെച്ചു. അതിലായിരുന്നു അവളുടെ കുടുംബം താമസിച്ചിരുന്നത്. കല്യാണം കഴിഞ്ഞ് ഒരു വർഷത്തിന്നുശേഷമായിരുന്നു മുത്തശ്ശിയുടെ മരണം. മുത്തശ്ശിയുടെ മരണത്തോടെ കാരണവർ നല്കിയിരുന്ന ഭൂമിയും അവർതന്നെ തിരിച്ചെടുത്തു. കല്യാണം കഴിഞ്ഞില്ലായിരുന്നെങ്കിൽ വാസസ്ഥലംകൂടിയില്ലാതെ അനിശ്ചിതത്വത്തിന്റെ പടുകുഴിയിൽപെട്ട് ഒരു ഉയിർത്തെഴുന്നേല്പില്ലാതെ നട്ടംതിരിഞ്ഞേനെ. സ്നേഹത്തിന്റെയും സമാധാനത്തിന്റേയും സന്തോഷത്തിന്റേയും മഹാസൗധത്തിൽ തന്നെ എത്തിച്ച ഭർത്താവിനേയും ദൈവത്തിനേയും അവൾ ആദരവോടെ മനസ്സിൽ നമിച്ചു. ഭർത്താവും കുഞ്ഞും തന്റെ ജീവിതപാതയിൽ അന്ധകാരമകറ്റി പ്രകാശത്തിന്റെ സ്നേഹകിരണങ്ങളേകി മുന്നോട്ടു നയിക്കുന്ന ഭാഗ്യനക്ഷത്രങ്ങളാണെന്ന് അവൾ അഭിമാനത്തോടെ ഓർത്തു.

കുഞ്ഞുണർന്നു കരഞ്ഞപ്പോൾ അവൾ ചിന്തയിൽ നിന്നുണർന്നു. അങ്ങനെ ഒരാഴ്ച കഴിയാറായി. കോളനികൾക്കപ്പുറത്ത് ഒരു വക്കീലിന്റെ വീടുണ്ട്. കോളനിയിലെ ഒരാളുടെ ഭാര്യ അവിടുത്തെ ജോലിക്കാരിയാണ്. അവിടെ ഫോണുള്ളതിനാൽ കോളനിയിൽനിന്നും പുറത്തു പോയിട്ടുള്ളവർ എന്തെങ്കിലും വിവരമുണ്ടെങ്കിൽ അവിടെ വിളിച്ചറിയിക്കുകയാണ് പതിവ്. വരാൻ എന്തെങ്കിലും താമസമോ മറ്റോ ഉണ്ടെങ്കിൽ വിളിക്കുമായിരിക്കുമെന്നോർത്തവൾ കാത്തിരു

ന്നു. അപ്പോഴാണ് ഒരു കൂട്ടക്കരച്ചിൽ കാതിൽ വന്നലച്ചത്. ഭർത്താവിന്റെ കൂടെ ജോലിക്കു പോയവരുടെ വീട്ടിൽനിന്നായിരുന്നു കരച്ചിൽ കേട്ടിരുന്നത്. ആകാംക്ഷയോടെ ഭീതനിറഞ്ഞ മനസ്സോടെ അവളങ്ങോട്ടു പോയി. അവിടെ ചെന്നപ്പോഴാണറിയുന്നത്-ഭർത്താവ് പണിക്കുപോയ സ്ഥലത്തിനടുത്ത് ഒരു പടക്കനിർമ്മാണശാലയുണ്ടായിരുന്നു. അതിന്നു തീ പിടിച്ചു. അതിനടുത്തുള്ള കുറെ വീടുകൾ കത്തിനശിച്ചു. ഇവിടെനിന്നു പോയവർ താമസിച്ച വീടും അതിൽ പെടും. കുറെ ആളുകൾ തൽക്ഷണം മരിച്ചു. പരിക്കേറ്റവർ ആശുപത്രിയിലും. കത്തിക്കരിഞ്ഞ മൃതദേഹങ്ങൾ തിരിച്ചറിയാൻ തന്നെ പ്രയാസം.

കോളനിയിൽനിന്നും കുറച്ചുപേർ വാഹനം ഏർപ്പാടാക്കി അത്യാഹിതം സംഭവിച്ച കുടുംബത്തേയും കൂട്ടി അവർ കേട്ടറിഞ്ഞ ആസ്പത്രിയിലേക്കു പോയി. അവിടെ ചെന്നപ്പോൾ കണ്ട കാഴ്ച.... ശരീരം മുഴുവൻ പൊള്ളലേറ്റ് കരുവാളിച്ച് ബോധരഹിതരായി കിടക്കുന്ന കുറേപ്പേർ. മുഖം അത്ര വികൃതമാവാത്തതിനാൽ അവൾക്ക് ഭർത്താവിനെ തിരിച്ചറിയാൻ കഴിഞ്ഞു. അത്യാസന്നനിലയിലാണെന്നും രണ്ടുമൂന്നു ദിവസം കഴിയാതെ ഒന്നും പറയാനാവില്ലെന്നും ആസ്പത്രി അധികൃതർ അവരെ അറിയിച്ചു. അധികനേരം അവിടെ നില്ക്കാനോ കാണാനോ അനുവാദമില്ലെന്നും അവർക്ക് അടിയന്തിര ചികിത്സ ചെയ്യുകയാണെന്നും അധികൃതർ അറിയിച്ചു.

അവൾ ആസ്പത്രി വരാന്തയിൽ ശാഠ്യംപിടിച്ച് കരയുന്ന കുഞ്ഞിനെ മാറോടടക്കിപ്പിടിച്ചിരുന്ന് ഒരേ ഇരിപ്പിരുന്നു. പിറ്റെ ദിവസം രാവിലെയാണ് ഭർത്താവ് മരിച്ചു എന്ന ദുരന്തവാർത്ത ആരോ വന്നവളെ അറിയിച്ചത്. അങ്ങനെ തീരാദുഃഖത്തിന്റെ വലിയ സാമ്രാജ്യത്തിൽ തന്റെ ആത്മനൊമ്പരങ്ങളോ ആത്മസംഘർഷങ്ങളോ പങ്കുവെക്കാൻ ആരോരുമില്ലാതെ ഏകാധിപതിയായി വാഴേണ്ട സ്ഥിതിയിലേക്ക് അവൾ കൂപ്പുകുത്തി വീണു. ഇനി എന്ത്? പിഞ്ചുകുഞ്ഞിനേയും കൊണ്ട് എന്തു ചെയ്യും. എങ്ങനെ ജീവിക്കും. യൗവനയുക്തയായ തന്നെ മാനമായി ജീവിക്കാൻ ലോകം അനുവദിക്കുമോ. ക്രൂരമൃഗങ്ങളാൽ വലയം ചെയ്യപ്പെട്ട സൂര്യരശ്മികൾ പതിക്കാൻ വിസമ്മതം കാണിക്കുന്ന നിബിഡമായ വനാന്ധകാരത്തിൽ ഏതു നിമിഷവും താൻ ആക്രമിക്കപ്പെട്ടേക്കാം എന്ന തോന്നൽ അവളെ ഭയവിഹ്വലയാക്കി. അവളോർത്തു മരിച്ചവർ പോകുമ്പോൾ ഒന്നും കൊണ്ടുപോകുന്നില്ല എന്നു പറയുന്നത് വെറു

തെയാണ് അവർ പോകുന്നതോടെ നഷ്ടപ്പെടുന്നത് അവരെ ജീവനുതുല്യം സ്നേഹിക്കുന്നവരുടെ സുഖവും സമാധാനവും സന്തോഷവും മാത്രമല്ല എന്തിനേറെ അവരുടെ ജീവിതം തന്നെ അവർ കൊണ്ടുപോകുന്നില്ലേ. പിന്നെ മിച്ചമുള്ളത് ജീവനുള്ള ശവംപോലെയുള്ള ജീവിതം. ഈ ജീവിതത്തെ എത്രത്തോളം കാത്തുരക്ഷിക്കാൻ തനിക്കു കഴിയും. സ്വന്തം സുഖസൗകര്യങ്ങൾക്കു മാത്രം വിലകല്പിക്കുന്ന ഈ സമൂഹത്തിൽ ജീവിച്ച് സ്വന്തം ജീവിതം ഹോമിക്കുന്നതിനേക്കാൾ എത്രയോ നല്ലത് പവിത്രതയോടെ മരണമെന്ന അജ്ഞാതന്റെ കൈകളിൽ അഭയം തേടി തനിയ്ക്ക് നഷ്ടപ്പെട്ട സ്നേഹസന്നിധിയിലേക്ക് എത്തിപ്പെടുകയല്ലേ. പെട്ടെന്ന് ഒരാത്മധൈര്യം അവൾക്ക് കൈവന്നു.

കരയുന്ന കുഞ്ഞിനെ മാറോടടക്കിപ്പിടിച്ച് തന്റെ കൂടെ വന്നവരുടെ കണ്ണുവെട്ടിച്ച് അവൾ ആസ്പത്രിയിൽ നിന്നിറങ്ങി. കുഞ്ഞിനെ ആശ്വസിപ്പിക്കാനെന്നോണം അവൾ മൊഴിഞ്ഞു- മോള് കരയണ്ട നമുക്കച്ഛന്റെ അടുത്തേയ്ക്കു പോകാം. അവളുടെ മനസ്സിൽ സ്നേഹസാന്ദ്രമായ ആ മുഖവും. ആ മുഖത്ത് പ്രതിഫലിക്കുന്ന മനസ്സിന് കുളിർമയും ഉണർവുമേകുന്ന ചിരിയും തെളിഞ്ഞുവന്നു. തന്റെ സ്നേഹനിധിയായ പ്രിയതമന്റെ അരികിലെത്താനുള്ള തിടുക്കത്തിൽ സ്ഥലകാലബോധംപോലുമില്ലാതെ അവൾ ധൃതിയിൽ നടന്നു. അവളുടെ മനസ്സിൽ അങ്ങകലെ എവിടെയോ നിന്ന് തന്നെ സ്വീകരിക്കാനായി രണ്ടു കരങ്ങളും നീട്ടി തന്റെ വരവിന്നായി കാത്തുനില്ക്കുന്ന സ്നേഹസ്വരൂപനായ അവളുടെ ഭർത്താവായിരുന്നു. അവളുടെ മുന്നിൽ മരണം എന്ന ലക്ഷ്യമല്ലാതെ വേറൊന്നും ഉണ്ടായിരുന്നില്ല.

പെട്ടെന്നൊരു വാഹനത്തിന്റെ കർണകഠോരമായ ഹോൺവിളികളും ബ്രേക്കിടുന്ന ശബ്ദവുമാണ് അവളിൽ പരിസരബോധമുണ്ടാക്കിയത്. തന്റെ മുന്നിൽ തൊട്ടു തൊട്ടില്ല എന്ന മട്ടിൽ ഒരു വാഹനം വന്നുനില്ക്കുന്നു. അവൾ പരിഭ്രമത്തോടെ നോക്കിനില്ക്കെ വെള്ളവസ്ത്രധാരിയായ മുഖമാകെ ദൈവിക ചൈതന്യം തുളുമ്പുന്ന ഒരു കന്യാസ്ത്രീ ഇറങ്ങിവന്നു. സ്വർഗ്ഗത്തിൽ നിന്നു ഇറങ്ങിവന്ന മാലാഖയാണവരെന്നു അവൾക്കു തോന്നി. അവരുടെ മുഖതേജസ്സ്, സ്നേഹവാത്സല്യങ്ങൾ തുളുമ്പുന്ന കണ്ണുകളും അത്രകണ്ടവളെ സ്വാധീനിച്ചിരുന്നു. അവരെ കണ്ടതും അവൾ ഇതുവരെ മനസ്സിലടക്കിപ്പിടിച്ച എല്ലാ ദുഃഖങ്ങളും പിടിച്ചുനിർത്താൻ പറ്റാത്ത

മലവെള്ളപ്പാച്ചിൽ കണക്കേ കണ്ണീർമഴയായി പെയ്തിറങ്ങി. തന്റെ മുന്നിൽ നിസ്സഹായ ആയി തേങ്ങിക്കരയുന്ന സ്ത്രീയേയും കുഞ്ഞിനേയും സ്നേഹവായ്പോടെ മാറോടണച്ചു. അവളുടെ ദുഃഖകാരണം ആരാഞ്ഞു. തേങ്ങലോടെ അന്ധകാരത്തിൽ വീണടിഞ്ഞ തന്റെ ജീവിതത്തെപ്പറ്റി അവൾ ഒരുവിധം പറഞ്ഞൊപ്പിച്ചു. മരണത്തെ തേടിയുള്ള യാത്രയാണെന്നറിഞ്ഞപ്പോൾ അവർ വിലക്കി. ദൈവം തന്ന ജീവൻ അവന്റെ അനുവാദമില്ലാതെ തിരിച്ചേല്പിക്കാൻ ഒരിക്കലും നമുക്കവകാശമില്ലെന്നും അതുകൊണ്ട് ഒരിക്കലും ജീവനൊടുക്കുന്ന കാര്യം ചിന്തിക്കരുതെന്നും അവർ അവളെ ബോധ്യപ്പെടുത്തി.

ശിശുപരിപാലന കേന്ദ്രത്തിന്റെ ഉടമയായിരുന്നു ആ കന്യാസ്ത്രീ. ജോലിയുള്ളവരുടെ മക്കളെ അവർ ജോലിക്കു പോകുമ്പോൾ അവിടെയെത്തിച്ചു തിരിച്ചുപോകുമ്പോൾ കൂടെ കൊണ്ടുപോകുന്ന, രാവിലെ ആറുമണി മുതൽ രാത്രി പത്തു മണിവരെ പ്രവർത്തിക്കുന്ന വളരെയേറെ ഉത്തരവാദിത്വമുള്ള ഒരു വലിയ സ്ഥാപനത്തിന്റെ ഉടമ. ആ സ്ഥാപനത്തിൽ എത്രയോ പേർ ജോലി ചെയ്യുന്നു. ആ കൂട്ടത്തിൽ നിനക്കവിടെ, നീ എന്റെ കൂടെ വരികയാണെങ്കിൽ തീർച്ചയായും ജോലി തരാം. കൂട്ടത്തിൽ നിന്റെ കുഞ്ഞിനേയും അല്ലലില്ലാതെ നിനക്കു വളർത്താം. എന്തു പറയുന്നു?

താനീ കേൾക്കുന്നതൊക്കെ വെറുമൊരു കടങ്കഥയായിരിക്കുമോ എന്നും ഇത്രയേറെ അനുഗ്രഹാശിസ്സുകൾ നേടാൻ താൻ ചെയ്ത ജന്മസുകൃതം എന്തായിരിക്കാം എന്നോർത്തവൾ അവർക്കു മുന്നിൽ പകച്ചുനിന്നു. വരൂ കുട്ടീ ദൈവമാണ് നിന്നെ എന്നരികിൽ എത്തിച്ചത്. ആ മഹത്തായ ശക്തിയെ നമുക്ക് നമിക്കാം. ഒരു നിമിഷം പ്രാർത്ഥനയോടെ അവർ നിന്നു. അവളും കണ്ണടച്ചു മൗനമായി ആ പരാശക്തിയെ നമിച്ചു. അവർ അവളെ കാറിനരികിലേക്ക് നയിച്ചു. മുൻഡോർ തുറന്ന് കുഞ്ഞിനേയും അവളേയും സീറ്റിലിരുത്തി അവരും കയറി ഇരുന്നു. അനാഥത്വത്തിന്റെ ചുഴിയിൽ അകപ്പെട്ട തന്നെ സനാഥത്വത്തിലേക്കു പിടിച്ചെഴുന്നേല്പിച്ച ആ സ്വർലോക മാലാഖയെ അവൾ സ്നേഹാദരങ്ങളോടെ കൈകൂപ്പി വന്ദിച്ചു. എങ്ങുനിന്നോ മന്ദം മന്ദം തെന്നിയെത്തിയ കുളിർത്തെന്നൽ സ്നേഹത്തിന്റേയും സമാധാനത്തിന്റേയും ആശ്വാസത്തിന്റേയും കുഞ്ഞോളങ്ങൾ അവളുടെ മനസ്സിൽ സൃഷ്ടിച്ചു.

വിധി തേടുന്നവർ

ദേഷ്യത്താൽ കലിതുള്ളി നില്ക്കുന്ന മകളെ നോക്കി നിസ്സഹായയായി ആ അമ്മ നിന്നു. ഏട്ടനും തനിയ്ക്കും അവകാശപ്പെട്ട വീടും പറമ്പും ഏട്ടത്തി അമ്മയുടെ പേരിൽ എഴുതിക്കൊടുത്തു എന്ന വിവരം അറിഞ്ഞുവന്നതായിരുന്നു അവൾ. ഏട്ടന്റെ പേരിലാണെങ്കിൽ ഇത്രത്തോളം വിഷമം അവൾക്കുണ്ടാകുമായിരുന്നില്ല. ഏട്ടത്തിയമ്മയുടെ പേരിലാക്കിയതാണ് അവളെയേറെ പ്രകോപിപ്പിച്ചത്. സ്വന്തമെന്നു കരുതി കയറിവരാൻ അമ്മയുടെ കൂടെ കുറച്ചു ദിവസം താമസിക്കണമെങ്കിൽ അമ്മയ്ക്കുപോലും അവകാശമില്ലാത്ത വീട്ടിൽ താനെങ്ങനെ സ്വാതന്ത്ര്യത്തോടെ പോകും താമസിക്കും ഇതായിരുന്നു അവളെ ഇത്രത്തോളം അസ്വസ്ഥയാക്കിയത്. ഇങ്ങനെ ചെയ്യാൻ അമ്മയും ഏട്ടനും നിർബ്ബന്ധിതരായതാണോ? സ്വന്തം ഇഷ്ടത്തിനനുസരിച്ചാണോ എന്നൊക്കെയുള്ള സത്യാവസ്ഥ മനസ്സിലാക്കാനുമുള്ള സന്മനസ്സ് അവൾ കാട്ടിയതുമില്ല. കലിതുള്ളി നില്ക്കുന്ന മകളെ എങ്ങനെ ആശ്വസിപ്പിക്കും. തന്റെ നിരപരാധിത്വം എങ്ങനെ തെളിയിക്കുമെന്ന ചിന്തയിലായിരുന്നു അമ്മ. യുദ്ധക്കളത്തിൽ നിരായുധനായി നില്ക്കുന്ന പോരാളിയെപ്പോലെ ആയല്ലോ തന്റെ അവസ്ഥ എന്നമ്മയ്ക്കു തോന്നി. തന്റെ നേരെ ആഞ്ഞുവീശുന്ന ക്രൂരമായ വാക്കുകളാകുന്ന അസ്ത്രങ്ങൾ മനസ്സിലേക്കാഞ്ഞു തറക്കവേ ഇതിനെ താനെങ്ങനെ നേരിടും എന്നു അമ്മ വിലപിച്ചു.

മോളേ ഞാൻ പറയുന്നത്... അത് മുഴുമിപ്പിക്കാൻ സമ്മതിക്കാതെ മകൾ അലറി- "വേണ്ട നിങ്ങളുടെ കുമ്പസാരമൊന്നും എനിക്കു കേൾക്കേണ്ട. നിങ്ങളെ ഇനി കാണുകയും വേണ്ട. എല്ലാം അറുത്തെറിഞ്ഞില്ലേ നിങ്ങൾ." പിന്നെ അവിടെ ഒരു കാണിയെപ്പോലെ ഒരു ചലനവുമില്ലാതെ നോക്കിനിന്നിരുന്ന ഭർത്താവിനെ നോക്കി അവൾ പറഞ്ഞു- "നമുക്കു പോകാം. വിശ്വാസവഞ്ചന കാണിച്ച ഇവരുടെ സാമീപ്യം നമുക്കിനി വേണ്ട. വാ ഇറങ്ങാം." അയാളെ

പിടിച്ചു വലിച്ച് മക്കളേയും കൂട്ടി അവൾ പോകാനുള്ള തയ്യാറെടുപ്പിലായി.

"മോളേ ഒന്നുകൂടി ആലോചിക്ക് ഞങ്ങൾക്ക് പറയാനുള്ളത് കേട്ടിട്ട് തീരുമാനമെടുക്കൂ. ഇതിൽ അമ്മയും ഏട്ടനും നിസ്സഹായരാണ്. തികച്ചും നിരപരാധികൾ" ഏട്ടൻ പറഞ്ഞു. "വേണ്ട നിങ്ങളൊന്നും പറയേണ്ട ഇതുവരെ നിങ്ങളെ വിശ്വസിച്ചു സ്നേഹിച്ചതിനു സമ്മാനം കിട്ടിയല്ലോ... നിങ്ങളുടെ മനസ്സിലിരിപ്പ് തുറന്ന പുസ്തകം പോലെ പുറത്തു വന്നില്ലേ. നിങ്ങളിത്രയ്ക്ക് സ്വാർത്ഥനാണെന്ന് വൈകിയാണെങ്കിലും അറിയാൻ കഴിഞ്ഞില്ലേ- നിങ്ങളുടെ കപട സ്നേഹവും തിരിച്ചറിഞ്ഞല്ലോ. നന്ദി ഒരായിരം." നിലത്ത് ആഞ്ഞാഞ്ഞു ചവിട്ടി മക്കളേയും ഭർത്താവിനേയും കൂട്ടി അവൾ നടന്നകന്നു.

അവളുടെ പോക്കു നോക്കി അടക്കാനാവാത്ത വ്യഥയോടെ തലയ്ക്ക് കൈ കൊടുത്ത് അമ്മ ഇരുന്നു. അരികിൽ നിസ്സഹായനായി നില്ക്കുന്ന മകൻ. താൻ സ്നേഹപൂർവ്വം ലാളിച്ച് കൊഞ്ചിച്ച് വളർത്തിയ തന്റെ പെങ്ങൾ. അവൾക്കിത്രമാത്രം വേദന തോന്നുമെന്ന് അറിഞ്ഞില്ല. ഒന്നും വേണ്ടിയിരുന്നില്ല. ഒന്നും. മരണമായിരുന്നു അവളുടെ വേദനയേക്കാൾ എത്രയോ നല്ലതെന്ന് അയാൾക്കു തോന്നി. ചങ്കുപൊട്ടി പിളരുന്നതുപോലെ അയാൾക്കനുഭവപ്പെട്ടു. അച്ഛന്റെ മരണശേഷം അമ്മയും ഏട്ടനുമായിരുന്നു അവൾക്കെല്ലാം. മകൾ പഠിക്കാൻ മിടുക്കിയായിരുന്നു. അമ്മ ഓർത്തു. പഠിപ്പു കഴിഞ്ഞ ഉടനെ തന്നെ ജോലിയും കിട്ടി. മകന്റെയും മകളുടേയും കല്യാണം കഴിഞ്ഞു. മകന്റെ നിർബ്ബന്ധത്തിനു വഴങ്ങി ജോലിസ്ഥലത്തിനടുത്തുതന്നെ മകൾക്ക് വീട് പണിയിച്ചു കൊടുത്തു. പെങ്ങളുടെ സന്തോഷമായിരുന്നു ഏട്ടനെല്ലാം. മകനാണെങ്കിൽ പഠിക്കാൻ വലിയ താല്പര്യമില്ലായിരുന്നു. ഒരു ചിട്ടി തുടങ്ങിയാലോ എന്നവൻ ആഗ്രഹം പ്രകടിപ്പിച്ചപ്പോൾ അമ്മ അനുകൂലിച്ചു. ആദ്യമൊക്കെ എല്ലാവരും കൃത്യസയത്തു തന്നെ പണം അടയ്ക്കുന്നതിനാൽ ചിട്ടി സുഗമമായി മുന്നോട്ടു പോയി. നറുക്കെടുപ്പും പണമടക്കലുമെല്ലാം റെഡിറെഡിയായി സമയാസമയത്ത് നടന്നു.

പിന്നെപ്പിന്നെ പണമടയ്ക്കുന്നതിൽ ചിലർ അമാന്തം കാണിക്കാൻ തുടങ്ങി. ഒടുവിൽ ചിട്ടി പൊളിഞ്ഞു. മകൻ കടക്കാരനായി.

ചിട്ടി പൊളിഞ്ഞതും ഏട്ടൻ കടത്തിന്റെ ഊരാക്കുടുക്കിലകപ്പെട്ടതും ഒന്നും അനിയത്തി വിഷമിക്കുമെന്നു കരുതി അവളിൽനിന്നും മറച്ചുവെച്ചു. പ്രശ്നം വേഗം ഒത്തുതീർപ്പായതിനാൽ അധികമാരും ഈ കടക്കെണിയെപ്പറ്റി അറിഞ്ഞിരുന്നില്ല. ഒരു ദിവസം പണം കിട്ടാനുള്ളവരെല്ലാം വീട്ടുവരാന്തയിൽ വന്നിരിപ്പുറപ്പിച്ചു. പണം കിട്ടിയാൽ മാത്രമേ ഇവിടുന്നെഴുന്നേല്ക്കുള്ളൂ എന്നും അതുവരെ മകൻ ഞങ്ങളുടെ തടങ്കലിലായിരിക്കുമെന്നും അവർ അമ്മയെ അറിയിച്ചു. മുറിക്കുള്ളിൽ ബന്ധനസ്ഥനായിരിക്കുന്ന മകന്റെ ദയനീയ മുഖം അമ്മയുടെ മനസ്സിൽ വേദനയുളവാക്കി. മകന്റെ മോചനത്തിനായി കേണപേക്ഷിച്ച അമ്മയോട് പണം തന്നാൽ മോചിപ്പിക്കാം, അതിന്റെ മീതെ ഒരപ്പീലുമില്ല എന്നവർ കർശനമായി പറഞ്ഞു.

എവിടുന്ന് പണം ഉണ്ടാക്കും എന്നറിയാതെ വേവലാതിയോടെ അമ്മ ഓടിനടക്കാൻ തുടങ്ങി. അവസാനം ഗത്യന്തരമില്ലാതെ മകന്റെ ഭാര്യാപിതാവായ തന്റെ ആങ്ങളയുടെ അടുത്തു ചെന്ന് കാര്യങ്ങൾ ബോധിപ്പിച്ചു. മകന്റെ ഈ അവസ്ഥയിൽനിന്നുമവനെ രക്ഷിക്കണമെന്നു കെഞ്ചി. ധനികനായ പിതാവ് സമ്മതിച്ചു. പക്ഷേ, ഒരു കരാർ- താമസിക്കുന്ന വീടും പറമ്പും തന്റെ മകളുടെ പേരിലെഴുതണം. ആ കരാർ കേട്ട് അമ്മ നടുങ്ങി. തന്റെ മകനും മകൾക്കുംകൂടിയുള്ള ആകെ സമ്പാദ്യം. മക്കളോടാലോചിക്കാതെ- അമ്മ വിതുമ്പി. അതൊന്നും എനിക്കു നോക്കേണ്ട കാര്യമില്ലെന്നും എന്റെ നിബന്ധന പാലിച്ചാൽ മാത്രം പണം തരാം. അല്ലങ്കിൽ മകൻ ബന്ധനത്തിൽ ഇരിക്കട്ടെ- ആങ്ങള കർശനമായി പറഞ്ഞു. ആങ്ങളയുടെ വാശിക്കു മുന്നിൽ അമ്മ കീഴടങ്ങി. മകനെ എങ്ങനെയെങ്കിലും ഈ വിഷമസ്ഥിതിയിൽനിന്ന് രക്ഷിക്കണമെന്ന ചിന്ത മാത്രമേ ആ അമ്മയുടെ മനസ്സിലുണ്ടായിരുന്നുള്ളൂ.

ഗത്യന്തരമില്ലാതെ അമ്മ സമ്മതിച്ചു. മകൻ രക്ഷപ്പെട്ടു. തന്റെ വീടും പറമ്പും തനിക്കന്യാധീനമായി. തന്റെ നിലനില്പും സുരക്ഷയും എല്ലാം അവതാളത്തിലായി. തന്റെയും മകന്റെയും തന്നെ ഭാവി അനിശ്ചിതത്ത്വത്തിന്റെ കാണാകയത്തിലേക്കാണ് മറിഞ്ഞു വീണതെന്ന സത്യവും അമ്മയെ നടുക്കിയിരുന്നു. ഈ വേപുധപൂണ്ട ചിന്തകളെല്ലാം ഉള്ളിലൊതുക്കി കഴിയവേയാണ് എങ്ങനെയോ വിവരമറിഞ്ഞ് മകൾ എത്തിയത്. തനിക്കുകൂടി അവകാശപ്പെട്ട സ്വത്ത് അമ്മയെ സ്വാധീനിച്ച് ഏട്ടൻ ഭാര്യയുടെ പേരിലാക്കി

എന്നതാണ് മകളുടെ ആരോപണം. അവളുടെ മുന്നിൽ അമ്മയും ഏട്ടനും വഞ്ചകരായി. നടന്നതെന്തെന്നോ ഇങ്ങനെയൊരവസ്ഥ യിൽ എത്തിച്ചേരാൻ കാരണമെന്തെന്നോ എന്ന് മനസ്സിലാക്കാനോ മനസ്സിലാക്കിക്കാനോ ഉള്ള സന്മനസോ ക്ഷമയോ കാണിക്കാത്ത അവളെ തങ്ങളുടെ നിരപരാധിത്വം എങ്ങനെ തെളിയിക്കുമെന്ന ആശങ്കയോടെ അകലങ്ങളിലെങ്ങോ മിഴിയും നട്ട് വ്യാകുലചിത്ത രായി നിശ്ശേഷ്ഠരായി അവർ ഇരുന്നു.

തിരിച്ചുവരവ്

ഇരുപത്തിയഞ്ചു വർഷത്തിന്നുശേഷമാണ് അയാൾ നാട്ടിലെത്തുന്നത്. ബസ്സിൽനിന്നിറങ്ങിയ അയാൾ അമ്പരന്നുപോയി. നാടിന്റെ മുഖഛായ ആകെ മാറിയിരിക്കുന്നു. അയാളുടെ മനസ്സിൽ അയാൾ ഉപേക്ഷിച്ചുപോകുമ്പോൾ ഉണ്ടായിരുന്ന നാടായിരുന്നു. മനസ്സിൽ സങ്കല്പത്തിലുണ്ടായിരുന്ന ആ കുഗ്രാമവും ഇന്ന് താൻ വന്നിറങ്ങിയ സ്ഥലവും അജഗജാന്തരമുള്ളതായി അയാൾക്കനുഭവപ്പെട്ടു. ഇരുചക്രവാഹനങ്ങൾ എപ്പോഴെങ്കിലും ഒരു മുച്ചക്രവാഹനങ്ങൾക്കും സഞ്ചരിക്കുന്ന, അതിനുമാത്രം സൗകര്യമുണ്ടായിരുന്ന റോഡ് ഇപ്പോൾ വിശാലവും വീതിയേറിയതുമായിരിക്കുന്നു. ബസ്സും ലോറിയും മറ്റു വാഹനങ്ങളും ഇടതടവില്ലാതെ ഓടിക്കൊണ്ടിരിക്കുന്നു. അയാൾ ആശ്ചര്യത്തോടെയും അമ്പരപ്പോടെയും ചുറ്റുപാടും കണ്ണോടിച്ചു. റോഡിന്റെ ഇരുവശത്തും ഇരുനില കെട്ടിടങ്ങൾ. തുണിപ്പീടികകൾ, ഇംഗ്ലീഷ് മരുന്നു ഷോപ്പുകൾ, പലചരക്കു കടകൾ, ബ്യൂട്ടിപാർലറുകൾ, ട്യൂഷൻ സെന്ററുകൾ എന്നു തുടങ്ങി നഗരങ്ങളേക്കാൾ വിസ്മയിപ്പിച്ചുകൊണ്ട് ഈ ഉൾഗ്രാമവും മുൻപന്തിയിലെത്തിയിരിക്കുന്നു എന്ന നഗ്നസത്യം അയാളെ ആശ്ചര്യപരതന്ത്രനാക്കി.

വിശാലമായ ഒരു വയൽക്കരയിലായിരുന്നു അയാളുടെ വീട്. വയൽവരമ്പിലൂടെ ഏറെ ദൂരം നടന്നാൽ ഒരു ഇടവഴി. ആ ഇടവഴി അവസാനിക്കുന്നത് റോഡിലായിരുന്നു. റോഡെന്നു പറഞ്ഞാൽ ഇരുചക്രവാഹനങ്ങൾക്കു മാത്രം സഞ്ചരിക്കാൻ കഴിയുന്ന വീതിയേറിയ നടപ്പാത. ആ നടപ്പാതയാണിപ്പോൾ കാണുന്ന വിസ്താരമേറിയ ഈ റോഡ്. തന്റെ വീട്ടിലേക്കു പോകുന്ന ഇടവഴി എങ്ങനെ കണ്ടുപിടിക്കുമെന്ന ആശങ്കയിലായിരുന്നു അയാൾ. ഏതായാലും വർഷങ്ങൾക്കു മുമ്പ് താൻ പിന്നിട്ട ആ ഇടവഴി തേടി അയാൾ മുന്നോട്ടു നടന്നു. കുറെ നടന്നപ്പോൾ ഇടവഴിയുടെ സ്ഥാനത്ത് റോഡ് തന്നെയാണ് അയാളുടെ ദൃഷ്ടിയിൽ പെട്ടത്. ആ ഇടവഴി ഇപ്പോൾ വാഹനങ്ങൾ പോകാനുള്ള സൗകര്യത്തിലുള്ള റോഡായി

മാറിയിരിക്കുന്നു. റോഡായിത്തീർന്ന ഇടവഴിയിലൂടെ അയാൾ നടന്നു പത്തുമുപ്പതു വർഷത്തോളം താൻ ജീവിച്ച, തനിക്ക് സംരക്ഷണം നൽകിയ വീടും ചുറ്റുപാടുകളും തിരിച്ചറിയാൻ അയാളേറെ വിഷമിച്ചു. മാറ്റങ്ങളുടെ ഈ അത്ഭുത മായാവലയത്തിലകപ്പെട്ട് അയാൾ നട്ടംതിരിഞ്ഞു. വയലെല്ലാം നികത്തി നിരനിരയായി മികവുറ്റു നില്ക്കുന്ന കോൺക്രീറ്റു കെട്ടിടങ്ങളുടെ മുന്നിലായിരുന്നു അയാളുടെ ഇടവഴി റോഡ് ചെന്നെത്തിച്ചത്. അമ്പരപ്പോടെ ആ കെട്ടിടങ്ങളിൽ മിഴിനട്ട് അയാൾ നിന്നു. അയാൾ പോകുമ്പോൾ മൂന്നു പ്രാവശ്യവും കൃഷി നടത്തിയിരുന്ന നെൽവയലുകൾ നെൽക്കതിരുകൾ ചുമന്ന് ഇളംതെന്നലിൽ തലയാട്ടി ആനന്ദനൃത്തമാടുന്ന പച്ചപ്പരവതാനി പോലെ നീണ്ടു നീണ്ടു കിടക്കുന്ന ഹരിതവാടിയായി ഉല്ലസിച്ചു നിന്നിരുന്ന വയലുകൾ. വയലുകളിലൂടെ ഇളംതെന്നലിന്റെ തലോടലേറ്റ് ആനന്ദനിർവൃതിയോടെ നടന്നിരുന്ന നാളുകൾ. എല്ലാം ഒരു മിന്നായംപോലെ തന്നെ എന്നോ വിട്ടകന്ന അകലങ്ങളിൽ എങ്ങോ ദീർഘനിദ്രയിലായിരുന്ന മായാക്കാഴ്ചകൾ കണ്ണുകൾക്കു മുന്നിൽ വന്നുനിന്നു മിന്നിമാഞ്ഞു പോകുന്നതായി അയാൾക്കനുഭവപ്പെട്ടു. പന്തം കണ്ട പെരുച്ചാഴിയെപ്പോലെ അയാൾ ആ കെട്ടിടങ്ങൾക്കു മുന്നിൽ മിഴിച്ചുനിന്നു. പിന്നെ ഒരു ബോധോദയം പോലെ അയാൾ ചുറ്റും നോക്കി.

നാലു സെന്റിനകത്ത് ഒരു വീടെന്ന നിലയിൽ നിറയെ വീടുകൾ. ഓരോ വീടിന്റെ മുന്നിലും നിർത്തിയിട്ട വാഹനങ്ങൾ. ഈ ആൾക്കാരെല്ലാം എവിടെനിന്നു വന്നവർ. അതോ ഇവിടെ ഓരോ വീടുകളിലുമുള്ളവർതന്നെ സ്വത്തു ഭാഗംവെച്ച് അവരവരുടെ ഓഹരികളിൽ വീടുവെച്ചവരോ. എന്തെങ്കിലുമാകട്ടെ തന്റെ വീടെങ്ങനെ കണ്ടുപിടിക്കുമെന്ന തത്രപ്പാടിലായിരുന്നു അയാൾ. ആരോടു ചോദിക്കും. പരിചയമുള്ള ഒരു മുഖവും തന്റെ മുന്നിൽ ഇതുവരെ പ്രത്യക്ഷപ്പെട്ടിട്ടില്ല. കണ്ടാൽത്തന്നെ തന്നെ തിരിച്ചറിയണമെന്നില്ലല്ലോ. എന്തിനായിരുന്നു അന്നൊരൊളിച്ചോട്ടം. പിന്തിരിഞ്ഞു നോക്കുമ്പോൾ മനസ്സ് വെന്തുനീറുന്ന അനുഭവങ്ങൾ മാത്രം മറ്റുള്ളവർക്കു നൽകി ദുഃഖത്തിന്റെ കയ്പുനീര് ആവോളം അവരെ കുടിപ്പിച്ച ഒരു ഭൂതകാലം മാത്രമാണ് തന്റെ ഓർമ്മയിലേക്കോടിയെത്താനുള്ളത് എന്നോർത്തിട്ടും അവയെ ആട്ടിയകറ്റാൻ കെല്പില്ലാതെ അയാൾ

നിസ്സഹായനായി നിന്നു. ആ ഓർമ്മയിൽ തെളിയുന്നത് സ്നേഹിക്കാൻ മാത്രമറിയാവുന്ന നിഷ്കളങ്കതയും സന്മനോഭാവവും നിറഞ്ഞുനില്ക്കുന്ന മുഖങ്ങളായിരുന്നു. അമ്മ, അമ്മാവൻ, ഭാര്യ, മക്കൾ. പെങ്ങളെ തന്റെ ജീവന്റെ ജീവനായി സ്നേഹിച്ചു ലാളിച്ചു വളർത്തിയ ഏട്ടൻ- മകൻ ജനിച്ചയുടനെ ഭർത്താവിനെ നഷ്ടപ്പെട്ട പെങ്ങൾക്കും ഏക ആശ്രയം ഏട്ടനായിരുന്നു. പെങ്ങളോടുള്ള കടപ്പാടാകാം പിടിവാശിക്കാരനും സ്വാർത്ഥതയുടെ മുടിചൂടാമന്നനും ധൂർത്തനുമായ മരുമകന് തന്റെ നിസ്വാർത്ഥതയും നിഷ്കളങ്കതയും സ്നേഹമയിയുമായ മകളെ വധുവായി നല്കിയത്. ഒരുപക്ഷേ സ്നേഹത്തിന്റേയും നന്മയുടേയും നിറകുടമായ മനസ്സുള്ള മകൾക്ക് മരുമകനെ നന്മയിലേക്കു കരകയറ്റാൻ പറ്റുമെന്ന വിശ്വാസവും അതിലൂടെ മകന്റെ ദുർവാശിയും ദുർഗുണവും മാറി നന്മയിലേക്കവന്റെ മനസ്സു മാറിയാൽ ദുഖാഗ്നിയിൽ വെന്തെരിയുന്ന പെങ്ങളുടെ മനസ്സിന്നൊരു ശാന്തിയും സമാധാനവും കിട്ടുമെന്നും ആ മഹാമനസ്കൻ ചിന്തിച്ചിരിക്കാം.

പക്ഷേ, അവരുടെ വിശ്വാസങ്ങളെല്ലാം പാടെ തകിടം മറിച്ച് തന്റെ വഴിക്കുതന്നെ പൂർവ്വാധികം ഉത്സാഹത്തോടെ അവൻ നടന്നുനീങ്ങി. കൂട്ടുകാരുടെ കൂടെയുള്ള ഉല്ലാസയാത്രക്കിടയിൽ വീടും വീട്ടുകാരും അവനൊന്നുമായിരുന്നില്ല. ഭാര്യയുടെ ആഭരണങ്ങളെല്ലാം ഭീഷണി മുഴക്കി പിടിച്ചു വാങ്ങി അതെല്ലാം വിറ്റുതുലച്ചു. അതിന്നിടയിൽ രണ്ടു മക്കൾക്ക് ജന്മം നല്കി. അവസാനം ശേഷിച്ച വീടും പറമ്പും അവന്റെ പേരിലെഴുതണമെന്നും ഇല്ലെങ്കിൽ എല്ലാമുപേക്ഷിച്ച് വീടുവിട്ടിറങ്ങുമെന്ന ഭീഷണിയും മുഴക്കി. പക്ഷേ, ആ ഭീഷണിക്കു മുന്നിൽ അമ്മാമനും അമ്മയും നിശ്ചേഷ്ഠരായി നിന്നു. അവസാനം അച്ഛൻ മകളുടെ പേരിൽ ബേങ്കിലിട്ടിരുന്ന പണം കുട്ടികളെ കൊല്ലുമെന്ന ഭീഷണിയിൽ ആരുമറിയാതെ ഭാര്യയെക്കൊണ്ട് ചെക്കിലൊപ്പിടുവിച്ച് ആ പണം കൈവശപ്പെടുത്തി. അതുമായിട്ടായിരുന്നു പാലായനം.

പല സ്ഥലങ്ങളിലലഞ്ഞുതിരിഞ്ഞ് കൈവശമുള്ള പണം തീർന്നപ്പോൾ ഹോട്ടലുകളിൽ ജോലി ചെയ്തു അമ്പലങ്ങളിൽ നിത്യസന്ദർശകനായി ഭക്ഷണവും താമസവുമൊപ്പിച്ചു. അങ്ങനെ ഇരുപത്തഞ്ചു വർഷങ്ങൾ. പല പല അനുഭവങ്ങൾ. പലരുമായുള്ള സഹ

വാസം. അങ്ങനെ നാളുകൾ തള്ളിനീക്കവേ സ്വാർത്ഥതയും ഞാനെന്ന ഭാവവും മനസ്സിൽനിന്നറിയാതെ വിട്ടകന്നു. അവിടെ ചേക്കേറിയത് സ്നേഹവും കാരുണ്യവുമായിരുന്നു. പനി പിടിച്ച് രണ്ടാഴ്ചക്കാലം ആസ്പത്രിയിൽ കഴിയേണ്ടിവന്നപ്പോഴാണ് ആരോരുമില്ലാത്ത തനിയ്ക്കു വേണ്ടി ഇത്രയേറെ സ്നേഹവും ത്യാഗവും ചെയ്യുന്ന സന്മനസ്സുള്ളവരെ കണ്ടുമുട്ടിയത് തനിക്ക് സ്നേഹവും വാത്സല്യവും മാത്രം വാരിക്കോരിത്തന്ന അമ്മയേയും അമ്മാവനേയും പുറംകാൽകൊണ്ട് തട്ടിത്തെറുപ്പിച്ച് തന്റെ വാശി ജയിക്കാനായി ഒളിച്ചോട്ടമെന്ന വ്യാജേന നാടുവിട്ടതും താൻ പരിണയിച്ചവളെയും താൻ ജന്മംകൊടുത്ത മക്കളെയും നിഷ്ക്കരുണം ഉപേക്ഷിച്ചതും മാപ്പില്ലാത്ത കൊടും പാപമാണെന്നും മനസ്സിൽ ചേക്കേറിയതും ആസ്പത്രിക്കിടക്കയിൽനിന്നായിരുന്നു. അവിടുന്നുതന്നെയാണ് ജീവിതത്തിന്റെ സായാഹ്നസൂര്യൻ അസ്തമിക്കും മുമ്പേ താൻ തട്ടിത്തെറിപ്പിച്ച സ്നേഹസൗധം തിരിച്ചെടുത്ത് ആ തണലിൽ ജീവിക്കണമെന്ന മോഹവും മനസ്സിലുദിച്ചത്. പിന്നീട് സ്വരുക്കൂട്ടലിന്റെ ദിനമായിരുന്നു. നല്ലവണ്ണം ജോലി ചെയ്ത് ജീവിതാവസാനം വരെ ജീവിക്കാനുള്ള നല്ലൊരു ബാങ്ക് ഡിപ്പോസിറ്റായി.

എന്താ ഇവിടെ നില്ക്കുന്നേ? ആരെ അന്വേഷിച്ചാ? ആരുടേയോ ശബ്ദം കേട്ടപ്പോൾ ചിന്തയുടെ മേഘാവരണങ്ങളിൽ നിന്നും അയാൾ പുറത്തു വന്നു. നടന്നു നടന്ന് താൻ എത്തിപ്പെട്ടത് ഒരു വീടിന്നു മുന്നിലാണ്. എന്തു പറയണമെന്നറിയാതെ അയാൾ വിഷമിച്ചു. പിന്നെ സധൈര്യം പറഞ്ഞു– ഒന്നുമില്ല. ഞാനൊരു വഴിപോക്കനാ തളർച്ച തോന്നിയപ്പം നിന്നു എന്നു മാത്രം. വീണ്ടും അയാൾ നടത്തം തുടർന്നു. അവസാനം അയാൾ ഒരു വീടിന്റെ മുന്നിലെത്തി. ഓടിട്ട ഒരു പഴയ തറവാട്. എന്തൊക്കെ അറ്റകുറ്റപ്പണികളൊക്കെ നടത്തി കുറച്ചു പരിഷ്കരിച്ചിട്ടുണ്ട്. അയാളാശ്വാസംകൊണ്ടു. ഇതുതന്നെ ഇതാണ് താൻ അന്വേഷിച്ചു നടന്ന തന്റെ വീട്. മുറ്റത്തേറെ സംശയിച്ചു നിന്നശേഷം അയാൾ ശബ്ദമുണ്ടാക്കി. ഒന്നര വയസ്സായ ഒരു കുട്ടിയേയുമെടുത്ത് ഒരു യുവതി ഉമ്മറത്തേയ്ക്കു വന്നു. ചോദ്യഭാവത്തിൽ അവളയാളെ നോക്കി. ഇത്തിരി വെള്ളം വല്ലാതെ ദാഹിക്കുന്നു. ഇരിക്കൂ എന്നു പറഞ്ഞവൾ അകത്തേയ്ക്കു പോയി, വെള്ളവുമായി വന്നു. വെള്ളം കുടിച്ചതിനു

ശേഷം അയാളന്വേഷിച്ചു. വാസുദേവൻനായരുടെ വീട്? അതെയെന്നവൾ തലയാട്ടി. അയാൾ തുടർന്നു- "ഞാൻ അയാളുടെ ഉറ്റ സുഹൃത്തായിരുന്നു. ഈ നാടുവിട്ടേറെ നാളായി. സുഹൃത്തിന്റെ മകന്റെ കല്യാണത്തിനു വന്നപ്പോൾ ഒന്നു കാണാമെന്നു കരുതി വന്നതാ.

അയാൾ ഇപ്പോ- അയാളുടെ ചോദ്യം പൂർത്തിയാകുന്നതിന്നു മുമ്പേ അവൾ പറഞ്ഞു- അയാളെവിടെ എന്നറിയില്ല. പത്തിരുപത്തഞ്ചു വർഷങ്ങൾക്കു മുൻപേ വീടുവിട്ടിറങ്ങിയതാണ്. എത്രയോ കാലം പല വഴിക്കും അന്വേഷിച്ചെങ്കിലും ഒരു വിവരവും കിട്ടിയില്ല. അയാളുടെ അമ്മ മകന്റെ തിരോധനം അറിഞ്ഞ അന്നുതന്നെ കുഴഞ്ഞുവീണു മരിച്ചു. ഭാര്യയാണെങ്കിൽ ഭർത്താവിന്റെ വേർപാടിന്റെ ആഘാതത്താൽ നിത്യരോഗിയായി പതിനഞ്ചു വർഷം മുമ്പ് മരിച്ചുപോയി. അമ്മാമനായിരുന്നു ഈ കുടുംബത്തിന്റെ ഏക ആശ്രയം. രണ്ടു മക്കളേയും വളർത്തിയതും പഠിപ്പിച്ചതും അമ്മാമൻ തന്നെ. ഇന്നു രണ്ടുപേരും സർക്കാർ ജോലിക്കാരാണ്. ഞാൻ മൂത്ത മകന്റെ ഭാര്യ. അത്രയും പറഞ്ഞവൾ നിർത്തി. എന്നാ ഞാനിറങ്ങട്ടെ. അപരിചിതത്വം അങ്ങനെത്തന്നെ നില്ക്കട്ടെ എന്നയാൾ കരുതി.

നടന്നു നീങ്ങവേ അയാളോർത്തു താൻ തേടി വന്നവൾ അകലങ്ങളിലെങ്ങോ കാണാമറയത്തഭയം തേടി. ഇന്നീ ലോകത്ത് താൻ ഏകനാണ്. ആരോരും ആശ്രയമില്ലാത്ത ആരോരും സഹായിക്കാനില്ലാത്ത ഏകാന്തപഥികൻ. തന്റെ അഹംഭാവത്താൽ താൻതന്നെ തന്നിൽനിന്നും വലിച്ചെറിഞ്ഞ സ്നേഹഖനികളെല്ലാം എത്രയോ കാതങ്ങൾക്കകലെ മാഞ്ഞുപോയിരിക്കുന്നു. ലക്ഷ്യമില്ലാത്ത തന്റെ യാത്ര ഇനി എങ്ങോട്ട് എന്ന ചോദ്യം അയാളുടെ ഹൃദയത്തെ മുറിവേല്പിക്കവേ വാർദ്ധക്യത്തിൽ ഒരു താങ്ങും തണലുമില്ലാതെ ശൂന്യതയിലേയ്ക്കു വലിച്ചെറിയപ്പെട്ട ജീവിതവും താങ്ങി അയാൾ നടന്നു. ദൈവശിക്ഷയ്ക്ക് വിധേയനായി ഗത്യന്തരമില്ലാതെ താൻതന്നെ തനിക്കു ചുറ്റും പണിതുയർത്തിയ ചക്രവ്യൂഹത്തിലകപ്പെട്ട് രക്ഷപ്പെടാൻ ഒരു മാർഗ്ഗവും കാണാതെ വിധിനിർണ്ണയവും തേടി നടക്കവേ മനസ്സിൽ ദുഃഖത്തിന്റെ തീജ്വാല ആളിക്കത്തി പടരുന്നതയാളറിഞ്ഞു.

നടന്നു നടന്ന് അയാൾ റോഡിലെത്തി. അവിടെ പരിഭ്രാന്തനായി

നില്ക്കുന്ന ആൾക്കൂട്ടമാണ് അയാളുടെ ദൃഷ്ടിയിൽ പെട്ടത്. പലരും പലതും പറയുന്നുണ്ട്. പെട്ടെന്നൊരു പോലീസ്വണ്ടിയും ആംബുലൻസും വന്നു നിന്നു. ആക്സിഡന്റിൽ പെട്ട യുവാവിനെ എല്ലാവരും ചേർന്ന് ആംബുലൻസിൽ കിടത്തി. നാലഞ്ചു പേർ അതിൽ കയറി ഇരുന്നു. ഒരു ലോറി വന്ന് ബൈക്കിനെ ഇടിച്ചതും ബൈക്ക് യാത്രക്കാരൻ മറിഞ്ഞു വീണതും വീഴ്ചയുടെ ആഘാതത്താൽ മുറിവേറ്റ് ചോരവാർന്ന് യുവാവ് ബോധരഹിതനായി എന്നുമായിരുന്നു മദ്ധ്യവയസ്കനായ ഒരാൾ പറഞ്ഞത്. ഇവിടെ അടുത്തുതന്നെയാണവന്റെ വീട്. ജോലി കഴിഞ്ഞു വരികയായിരുന്നു. പാവം കുട്ടി ചെറുപ്പത്തിൽത്തന്നെ അച്ഛൻ നാടുവിട്ടുപോയി. അമ്മ മരിച്ചു. ഒരേട്ടനുണ്ട്. പിന്നെ ഒരമ്മാവനും.

പെട്ടെന്നയാളുടെ മനസ്സിൽ ഒരാന്തലുണ്ടായി. തന്റെ മകനായിരിക്കുമോ? അടുത്തുള്ള ഒരു പ്രൈവറ്റ് ആസ്പത്രിയിലേക്കാണ് കൊണ്ടുപോയതെന്ന കാര്യവും അയാൾ അന്വേഷിച്ചറിഞ്ഞു. ആസ്പത്രിയിൽ എത്തിയ അയാൾ കണ്ടത് യുവാവിന്റെ കൂടെ വന്നവർ വിഷണ്ണരായി നില്ക്കുന്നതാണ്. കാര്യമന്വേഷിച്ചപ്പോൾ പെട്ടെന്ന് രക്തം നല്കിയില്ലെങ്കിൽ യുവാവിന്റെ നില പരിതാപകരമാവുമെന്നും ടെസ്റ്റുകൾ ഏറെ നടത്താനുണ്ടെന്നും പെട്ടെന്നൊരു ലക്ഷം രൂപയെങ്കിലും അടച്ചാലേ ട്രീറ്റുമെന്റു തുടങ്ങൂ എന്നുമാണത്രേ ആസ്പത്രി അധികൃതർ പറഞ്ഞത്. ഞങ്ങൾ വിചാരിച്ചാൽ ഒരു രക്ഷയുമില്ല എന്നവർ ഖേദപൂർവ്വം അറിയിച്ചു. സാരമില്ല പണം ഞാൻ അടയ്ക്കാം എന്നു പറഞ്ഞവരെ ആശ്വസിപ്പിച്ച് അയാൾ ഓഫീസ് കൗണ്ടറിലേക്കു പോയി. പണമടച്ച് രശീതുമായി തിരിച്ചു വന്നു. മയങ്ങിക്കിടക്കുന്ന മകൻ. കൈകളിൽ ഘടിപ്പിച്ച ട്യൂബുകൾ. രക്തം കുറേയേറെ നഷ്ടപ്പെട്ടതിനാൽ രക്തം കയറ്റുകയാണത്രേ. ഐസിയുവിന്റെ ചില്ലുവാതിലിലൂടെ ആ കാഴ്ച കണ്ടയാൾ വിങ്ങിപ്പൊട്ടിക്കരഞ്ഞു. ഒരറ്റൻഡർ വന്നു അയാളെ സ്വാന്തനിപ്പിച്ച് പുറത്തെ വരാന്തയിലേക്കു കൂട്ടിക്കൊണ്ടുപോയി ഒരു കസേലയിലിരുത്തി.

ഒരു മണിക്കൂർ കഴിഞ്ഞപ്പോൾ ഒരു നേഴ്സു വന്ന് അവന്നു ബോധം തെളിഞ്ഞെന്നും അത്യാവശ്യം വാങ്ങേണ്ട മരുന്നുകളുടെ ലിസ്റ്റും അയാളെ ഏല്പിച്ചു. ഒരു മണിക്കൂർ കൂടി കഴിഞ്ഞപ്പോൾ ടെസ്റ്റുകളെല്ലാം കഴിഞ്ഞെന്നും പുറമെ മുറിവുകളുണ്ടെങ്കിലും ഉള്ളി

ലുള്ള അവയവങ്ങൾക്കൊന്നുമില്ലെന്നറിഞ്ഞപ്പോൾ അയാൾക്കാശ്വാസമായി. അപ്പോഴാണ് ഒരെഴുപത്തഞ്ചു വയസ്സായ ഒരാളേയും കൂട്ടി ഒരു യുവാവ് ധൃതിയിൽ ഐസിയുവിന്നടുത്തേയ്ക്കു തിടുക്കത്തിൽ വരുന്നതയാൾ കണ്ടത്. പരിഭ്രാന്തി നിറഞ്ഞതായിരുന്നു അവരുടെ മുഖം. നേഴ്സിനോടു അനുവാദം വാങ്ങി അവർ അകത്തേയ്ക്കു പ്രവേശിച്ചു. അര മണിക്കൂർ കഴിഞ്ഞ് തിരിച്ചു വരുമ്പോൾ അവരുടെ മുഖത്തേറെ ആശ്വാസമുണ്ടായിരുന്നു. അമ്മാമനും ഏട്ടനുമായിരിക്കുമെന്നയാളൂഹിച്ചു. കൂടെ വന്നവർ അമ്മാവന്നരികിലെത്തി എന്തൊക്കെയോ തന്റെ നേരെ വിരൽചൂണ്ടി സംസാരിക്കുന്നതയാൾ ശ്രദ്ധിച്ചു. അമ്മാമൻ മെല്ലെ അയാളുടെ അടുത്തു വന്നു. തൊട്ടടുത്ത കസേലയിലിരുന്നു. അയാൾ മെല്ലെ എഴുന്നേറ്റു അമ്മാമനു നേരെ കൈകൂപ്പി പറഞ്ഞു- എന്നാ ഞാനിറങ്ങട്ടെ.

അമ്മാമൻ അയാളുടെ കൈയ്ക്കു പിടിച്ചു നിഷേധാർത്ഥത്തിൽ തലയാട്ടിക്കൊണ്ടു പറഞ്ഞു- ഞങ്ങളെ അങ്ങനെ കൈയൊഴിയരുത്. എന്റെ കുഞ്ഞുമകന്റെ ജീവൻ രക്ഷിച്ചത് നിങ്ങളാണ്. അതും പറഞ്ഞമ്മാവൻ അയാളുടെ മുഖത്തേയ്ക്കുറ്റുനോക്കി. ഓർമ്മയിൽ നിന്നും ഒരിക്കലും മായ്ക്കാൻ കഴിയാത്ത മനസ്സിൽ എന്നും സ്നേഹവാത്സല്യങ്ങളോടെ മാത്രം സൂക്ഷിക്കുന്ന ആ മുഖമല്ലേ ഇത്? അമ്മാമൻ അയാളുടെ ഇരു തോളിലും കൈകൾ വെച്ച് ആ മുഖം തന്നോടടുപ്പിച്ച് ആ മുഖത്തേയ്ക്കു തന്നെ നോക്കിനിന്നു. മെല്ലെ ആ ചുണ്ടുകൾ മന്ത്രിച്ചു- വാസുദേവൻ... എന്റെ വാസുവല്ലേ നീ? അമ്മാവൻ അയാളെ കെട്ടിപ്പിടിച്ചു. കണ്ണുകളിൽനിന്നും കണ്ണീർത്തുള്ളികൾ ധാരധാരയായി ഒഴുകി. അയാളും കരയുകയായിരുന്നു. "ഞാൻ തെറ്റു ചെയ്തവനാ... മാപ്പർഹിക്കാത്ത തെറ്റ്." അയാളുടെ ചുണ്ടുകൾ വിതുമ്പി. "അതൊക്കെ ഞങ്ങളെന്നോ ക്ഷമിച്ചല്ലോ കുട്ടീ" എന്ന വാക്കുകൾ അയാൾക്കാശ്വാസമേകി. സ്നേഹത്തിന്റെ മുന്നിൽ ഏതപരാധവും പൊറുക്കപ്പെടുമെന്നും തെറ്റെല്ലാം സ്നേഹപ്രവാഹത്തിന്റെ ഒഴുക്കിൽ അലിഞ്ഞലിഞ്ഞില്ലാതാവുമെന്നും ഉള്ള സത്യം അയാൾ നേരിട്ടനുഭവിച്ചറിഞ്ഞു.

അമ്മാവന്റെ ആ സ്നേഹാലിംഗനത്തിൽ തന്റെ കയ്പുനീരണിഞ്ഞ ഭൂതകാലമെല്ലാം എങ്ങോ പോയ്മറയുകയും ഭാവിയാകുന്ന വലിയൊരു സ്നേഹഗോപുരം തലയുയർത്തി നില്ക്കുന്നതും അയാളറിഞ്ഞു. അയാൾ മെല്ലെ തിരിഞ്ഞു നോക്കി- തന്നെത്തന്നെ

ഉറ്റുനോക്കുന്ന യുവാവിന്റെ മുഖത്താണ് അയാളുടെ ദൃഷ്ടി പതി ഞ്ഞത് അവർക്കരികിലേയ്ക്കു വന്ന യുവാവ് മെല്ലെ വിളിച്ചു അമ്മാ മാ. അമ്മവൻ പറഞ്ഞു അതേ മോനേ നമ്മൾ കാലങ്ങളോളം അന്വേ ഷിച്ചലഞ്ഞ എന്റെ വാസുവാണീ നില്ക്കുന്നത്. മോന്റെ അച്ഛൻ. അത്ഭുതപരതന്ത്രനായി ആശ്ചര്യഭരിതനായി ഉൽക്കണ്ഠാകുലമായ മുഖത്തോടെ അവൻ അയാളെ നോക്കി. പിന്നെ മെല്ലെ വിളിച്ചു അച്ഛാ. ആ വിളി അയാളുടെ കാതുകൾക്ക് തേൻമൊഴിയായി. മനസ്സ് ആഹ്ലാദത്തിന്റെ തേൻമഴയായി മധുരം നുണഞ്ഞു.

സ്നേഹത്തിരിനാളം

ഡോക്ടർ കൊടുത്ത കുറിപ്പടിയിലേയ്ക്കു നോക്കി അയാൾ ഇരുന്നു. ഏതു വിഭാഗം ചികിത്സ തേടിയാലും രോഗശമനം നമ്മുടെ പ്രതീക്ഷയിൽ നിന്നെത്രയോ അകലെയാണെന്ന ഡോക്ടറുടെ മൊഴികൾ കാതിൽ വന്നലയ്ക്കുന്നതായി അയാൾക്കു തോന്നി. ചിലപ്പോഴൊക്കെ ചെറിയ ചില അസ്വസ്ഥതകൾ തോന്നുമെങ്കിലും ഇത്ര വലിയ ഭീകരനാണ് തന്റെ ശരീരത്തിൽ കടന്നാക്രമണം നടത്തിയതെന്നോ ആ ഭീകരൻ ജീവിതം സുഗമമായി മുന്നോട്ടു നയിക്കാൻ തന്നെ സഹായിച്ച തനിയ്ക്കു വേണ്ടി നിസ്വാർത്ഥ സേവനം നടത്തിയ തന്റെ അന്തരാവയവങ്ങളെയെല്ലാം പൊരുതി തോല്പിച്ച് അടിയറവ് പറയിച്ച് വിജയശ്രീലാളിതനായി തന്റെ ശരീരത്തിന്നുള്ളിൽ പൊറുതി തുടങ്ങിയെന്ന വിവരമോ താനിതുവരെ അറിയാതെ പോയല്ലോ എന്ന ചിന്ത അയാളെ വല്ലാതെ അസ്വസ്ഥനാക്കി. എത്ര കൂട്ടിയാലും കിഴിച്ചാലും തനിക്കധികനാളുകൾ ഇനി പിടിച്ചു നില്ക്കാൻ കഴിയില്ല എന്ന നഗ്നസത്യം അയാളെ വല്ലാതെ ഞെരിപിരി കൊള്ളിച്ചു. അയാൾ കട്ടിലിൽ ഉറങ്ങിക്കിടക്കുന്ന മകളെ നോക്കി. അവൾ സുഖനിദ്രയിലാണ്. പെട്ടെന്നയാളുടെ മനസ്സിൽ അമ്പരപ്പിക്കുന്ന ഒരു നൊമ്പരക്കാഴ്ച സമ്മാനിച്ച, മഴമേഘങ്ങളിൽ മിന്നിമറഞ്ഞു തെളിയുന്ന ഒരു പ്രഭാതം ഓർമ്മകളുടെ പരവതാനിയിൽ തെളിഞ്ഞുവന്നു.

റോഡിന്നരികുചേർന്നു നടന്നുപോകുന്ന അമ്മയും മകളും അമ്പലത്തിൽ പോയി തിരിച്ചു വരികയായിരുന്നു. ഞൊടിയിടനേരം കൊണ്ട് അയാളുടെ മനസ്സിൽ ബ്രേക്കില്ലാതെ ചീറിപ്പായുന്ന ഒരു വാഹനം അതിന്റെ ആഘാതത്താൽ തെറിച്ചുവീഴുന്ന രണ്ടു മനുഷ്യരും ഒരു മരത്തിലിടിച്ചു ആകെ പൊട്ടിത്തകർന്ന ഒരു വാഹനത്തിന്റേയും ദൃശ്യം തെളിഞ്ഞുനിന്നു. ആ ദാരുണ ദൃശ്യം മുന്നിൽ തെളിയവേ അയാളുടെ തലയ്ക്കു ഒരു പെരിപ്പനുഭവപ്പെടുന്നതായും കണ്ണിൽ ഇരുട്ടു കയറി കാഴ്ച നഷ്ടപ്പെടുന്നതായും അയാൾക്കനുഭവപ്പെട്ടു. മകളുടെ അടുത്ത് കട്ടിലിൽ അയാൾ കണ്ണടച്ചു കിടന്നു.

അയാളുടെ ഓർമ്മകളിൽ സ്നേഹവതിയായ ഭാര്യ നറുംനിലാവിന്റെ വെണ്മയേറിയ പുഞ്ചിരിയുമായി മുന്നിൽ തെളിഞ്ഞുവന്നു. അയാൾ വേദനയോടെ ഓർത്തു- എന്തിനായിരുന്നു എല്ലാവരുടേയും വിരോധവും എതിർപ്പും അവഗണിച്ച് തങ്ങൾ സ്നേഹവും മോഹവും അഭിലാഷങ്ങളും സ്വപ്നങ്ങളും എല്ലാം കൂട്ടിച്ചേർത്ത് പടുത്തുയർത്തിയ സ്നേഹകുടീരം വിധി തല്ലിത്തകർത്തത്. ഇത്രയും ക്രൂരത ഞങ്ങളോട് ചെയ്യാൻ വിധിക്കെങ്ങനെ കഴിഞ്ഞു എന്ന് ഒരുൾക്കിടിലത്തോടെ അയാളോർത്തു.

ഭൂതകാലത്തിന്റെ ഏടുകളിലൂടെ തന്റെ ബാല്യകാലത്തിന്റേയും യൗവനത്തിന്റേയും ജീവിതദൃശ്യങ്ങൾ അയാൾ കണ്ടു. പണവും പ്രതാപവുമുള്ള ഒരു തറവാട്ടിലെ കാരണവരായിരുന്നു അച്ഛൻ. നാട്ടുകാർക്കെല്ലാം ബഹുമാന്യനുമായിരുന്നു. മകനെ വലിയ നിലയിൽ തന്നെ പഠിപ്പിച്ച് ഉയർന്ന തലത്തിലുള്ള സർക്കാർ ജോലിയും കിട്ടി. മകന്റെ വിവാഹം തന്റെ നിലയിലും പ്രതാപത്തിലുമുള്ള ഒരു വീട്ടിൽനിന്നായിരിക്കണമെന്നായിരുന്നു അച്ഛന്റെ മോഹം. അങ്ങനെ തകൃതിയായി വിവാഹാലോചനകൾ നടക്കവേയാണ് മകന്റെ നിരുത്സാഹം അച്ഛന്റെ ശ്രദ്ധയിൽ പെട്ടത്. അപ്പോഴാണ് മകന്റെ മനസ്സിൽ എന്നോ കരുതിവെച്ച മോഹംകൊണ്ടും സ്വപ്നംകൊണ്ടും താൻ കരുതലോടെ വളർത്തിക്കൊണ്ടുവരുന്ന ഒരു സ്നേഹം മകൻ വെളിപ്പെടുത്തുന്നത്.

കുഞ്ഞുനാളിലെ ഒന്നിച്ചു കളിച്ചു ഒരേ സ്കൂളിൽ പഠിച്ചുവളർന്ന ഒരു കുടുംബത്തിലെ പെൺകുട്ടി. അവളില്ലാതെ എനിക്കൊരു ജീവിതമില്ല എന്ന മകന്റെ തീരുമാനം. മകന്റെ മുന്നിൽ തോറ്റുകൊടുക്കാൻ ഒട്ടും തയ്യാറല്ലാത്ത അച്ഛൻ. അവസാനം വീട്ടുകാരുടെ എതിർപ്പുകൾ അവഗണിച്ച് തന്റെ നിലയ്ക്കും വിലയ്ക്കും കാരണഭൂതരായ ആവോളം സ്നേഹവും ലാളനയും നല്കി പരിപാലിച്ച അച്ഛനേയും അമ്മയേയും നഷ്ടപ്പെടുത്തി പ്രണയിനിയുടെ അച്ഛന്റെ ആശീർവാദത്തോടെ അവളേയും കൂട്ടി രായ്ക്കുരാമാനം അന്യസംസ്ഥാനത്തുള്ള ജോലിസ്ഥലത്ത് എത്തിച്ചേർന്നത്.

പിന്നെ അങ്ങോട്ടുള്ള ജീവിതം പരസ്പരം സ്നേഹിച്ചും വിശ്വസിച്ചും ദുഃഖങ്ങളും സന്തോഷങ്ങളും പരസ്പരം പങ്കിട്ടും സുഗമമായ ഒരു യാത്രയായിരുന്നു. പിന്നെ ജീവിതത്തിലേയ്ക്ക് അതിഥിയായി മകൾ വന്നെത്തിയ സുവർണ്ണ ദിനവും അയാളുടെ ഓർമ്മ

യിൽ നക്ഷത്രത്തിളക്കമായി നിന്നു. ആദ്യമൊക്കെ അച്ഛനും അമ്മയ്ക്കും മുടങ്ങാതെ എഴുതുമായിരുന്നു. പക്ഷേ, അതിനൊന്നും ഒരു മറുപടിപോലും വന്നിരുന്നില്ല. ഒരു ദിവസം രണ്ടും കല്പിച്ചു ഭാര്യയേയും കൂട്ടി അയാൾ വീട്ടിൽ പോയിരുന്നു. അന്ന് തങ്ങളെ ഇറക്കിവിട്ട് വാതിൽ അടച്ച് പുറംതള്ളിയതും അയാളുടെ ഓർമ്മ യിൽ ദുഃഖസ്മരണകൾ ഉണർത്തി. അവരുടെ വിദ്വേഷത്തിന്നു അറുതി വരുത്തണമെന്നു പ്രാർത്ഥിക്കാത്ത ദിവസങ്ങളുണ്ടായിരുന്നില്ല. ഒരിക്കൽക്കൂടി അച്ഛനേയും അമ്മയേയും പോയി കാണാനുള്ള ധൈര്യം ഉണ്ടായിരുന്നില്ല. എങ്കിലും സ്വപ്നങ്ങളിലും മനോരാജ്യങ്ങളിലും എന്നും അവരുണ്ടായിരുന്നു.

ഇപ്പോൾ പതിനഞ്ചു വർഷങ്ങൾ പിന്നിട്ടിരിക്കുന്നു. അച്ഛൻപെങ്ങളുടെ കൂടെ താമസിച്ചിരുന്ന അവളുടെ അച്ഛൻ മരിച്ച വിവരം അച്ഛൻപെങ്ങൾ അറിയിച്ചിരുന്നു. പക്ഷേ, നാട്ടുകാർക്കിടയിൽ ഒരു നോട്ടപ്പുള്ളിയായി നില്ക്കാൻ മനസ്സനുവദിക്കാത്തതിനാൽ നാട്ടിലേക്കു പോയതുമില്ല. മകൾ പഠിക്കാൻ മിടുക്കിയായിരുന്നു. പത്താംക്ലാസിൽ റാങ്കോടെ പസ്സായ മകൾക്ക് സ്വീകരണവും സമ്മാനദാനവും എല്ലാം ഏർപ്പെടുത്തിയിരുന്നു. അന്നു രാവിലെ അമ്പലത്തിൽ പോയി പ്രാർത്ഥിച്ചു വരവേ ആയിരുന്നു ആക്സിഡന്റ്. ആക്സിഡന്റിൽ അപ്പോൾ തന്നെ തനിയ്ക്കു ഭാര്യയെ നഷ്ടപ്പെട്ടു. ദിവസങ്ങളോളം അബോധാവസ്ഥയിലായിരുന്നു മകൾ. ഓർമ്മകൾ അവിടെയെത്തിയപ്പോൾ വീണ്ടും അയാൾ അസ്വസ്ഥനായി. തെറിച്ചുവീണപ്പോൾ തലക്കേറ്റ ആഘാതം മകളുടെ ഓർമ്മശക്തിക്കാണ് മങ്ങലേറ്റത്. ഒരു കൊല്ലത്തോളം തുടർചികിത്സ കിട്ടിയാൽ മകൾ പൂർവ്വസ്ഥിതിയിലാകുമെന്നാണ് ഡോക്ടറുടെ നിഗമനം. അതു ശരിയാണെന്ന് ആറുമാസത്തെ ചികിത്സകൊണ്ട് അവളിൽനിന്നും വന്ന മാറ്റത്തിൽ നിന്നും അയാൾ അനുഭവിച്ചറിഞ്ഞിരുന്നു. പക്ഷേ, ഇനി എത്ര നാൾ അവളെ സംരക്ഷിച്ചു കൂടെ കൊണ്ടുനടക്കാൻ കഴിയുമെന്നാർക്കറിയാം. ആ ചിന്ത മനസ്സിൽ വന്നു നില്ക്കവേ ഷോക്കേറ്റപോലെ അയാൾ തരിച്ചിരുന്നു.

തന്റെ ജീവിതത്തിൽ ഇത്രയേറെ സംഘർഷങ്ങൾ വരാൻ കാരണം താൻതന്നെയായിരിക്കും. താൻ ചെയ്തുകൂട്ടിയ മാപ്പർഹിക്കാത്ത തെറ്റുകൾ. സ്വന്തം ജീവിതത്തിന്റെ സുഖസൗഭാഗ്യങ്ങളും ആഗ്രഹങ്ങളുടെ മോഹസാഫല്യത്തിന്നു മാത്രം പ്രാധാന്യം നല്കി

തന്നെ സ്നേഹിച്ചും ലാളിച്ചും വളർത്തിയ അച്ഛനമ്മമാരെ നൊമ്പരത്തിന്റെ കരകാണാകയങ്ങളിലേയ്ക്കു വലിച്ചെറിഞ്ഞതിന്റെ ശിക്ഷ. നിർദാക്ഷിണ്യം ഉപേക്ഷിച്ചുപോയ മകനെയോർത്ത ദുഃഖാഗ്നിയിൽ വെന്തുനീറി എത്രയോ രാപ്പകലുകൾ അവർ തള്ളിനീക്കിയിട്ടുണ്ടാകാം. സ്വന്തം സുഖം തേടിയുള്ള യാത്രയിൽ തനിയ്ക്കു വേണ്ടി മാത്രം ജീവിച്ചു തന്റെ ഭാവിജീവിതം മാത്രം സ്വപ്നം കണ്ട അവരെ എന്തുകൊണ്ടോ താൻ മറന്നുപോയി. മകനുവേണ്ടി പ്രാർത്ഥിക്കുക എന്നതല്ലാതെ ഒരിക്കൽപ്പോലും തനിയ്ക്കു നേരെ ഒരു ശാപവാക്കുപോലും അവർ ഉരിയാടിയിട്ടുണ്ടാവില്ല എന്ന സത്യവും അയാളുടെ നൊമ്പരത്തീ ഒന്നുകൂടി ആളിക്കത്തിച്ചു.

പെട്ടെന്നുള്ള ഫോൺവിളി അയാളെ ചിന്തയിൽനിന്നുണർത്തി. സഹപ്രവർത്തകനാണ്. ദുഃഖങ്ങളും സന്തോഷങ്ങളും ഒന്നിച്ചു പങ്കിടുന്നവർ. ഏതു പ്രതിസന്ധിയിലും താങ്ങും തണലുമായി നില്ക്കുന്ന തന്റെ പ്രിയമുള്ളവൻ. തന്റെ അസുഖകാര്യങ്ങളെല്ലാം വിവരിച്ചപ്പോൾ ഒന്നുകൊണ്ടും വിഷമിക്കേണ്ടെന്നും വിദഗ്ധ ചികിത്സ തേടി എവിടെ പോകേണ്ടി വന്നാലും താൻ കൂടെ ഉണ്ടാകുമെന്ന് അവൻ ഉറപ്പും തന്നിരുന്നു. ഒരാഴ്ച ലീവാണെന്ന് അവനോട് പറഞ്ഞിരുന്നു. സുഖവിവരം അന്വേഷിച്ചറിയാൻ വിളിച്ചതായിരുന്നു അവൻ. അവനും രണ്ടു ദിവസത്തെ ലീവെടുത്ത് യാത്ര പോവുകയാണെന്നും തിരിച്ചുവന്നാലുടൻ വന്നു കാണാമെന്നും അവൻ അറിയിച്ചു.

ഓഫീസിൽ പോകുമ്പോൾ മകളുടെ കാര്യങ്ങൾ നോക്കാനും വീട്ടുജോലികൾ ചെയ്യാനും ഒരു സ്ത്രീയെ ഏർപ്പാടാക്കിയിരുന്നു. മകളുടെ കാര്യത്തിലും വീടു വൃത്തിയാക്കലും ഭക്ഷണകാര്യങ്ങളും എല്ലാം ചിട്ടയോടെ വിശ്വസ്തതയോടെ ചെയ്യുമായിരുന്നു അവർ. അതുകൊണ്ടുതന്നെ ആ കാര്യങ്ങളിലൊന്നും വ്യാകുലപ്പെടേണ്ട ഒരു കാര്യവും ഉണ്ടായിരുന്നില്ല. മകൾക്ക് കൃത്യസമയത്തുതന്നെ മരുന്നും ഭക്ഷണവും മുടങ്ങാതെ കൊടുക്കണമെന്നാണ് ഡോക്ടറുടെ നിർദ്ദേശം. മകളുടെ അസുഖം മാറുന്നതുവരെയെങ്കിലും തന്റെ ജീവൻ നിലനില്ക്കാൻ ദൈവത്തിന്റെ കാരുണ്യം തന്നിലുണ്ടാവണേ എന്നയാൾ ഹൃദയംനൊന്തു പ്രാർത്ഥിച്ചു. താൻ യാത്രയായാൽ തന്റെ മകൾ ഈ ലോകത്ത് അനാഥയായിത്തീരുമെന്ന ചിന്ത അയാളുടെ മനസ്സിൽ നൊമ്പരപ്പൂക്കൾ വിരിയിച്ചു. അയാൾക്ക് ഡോക്ടറെ

കാണേണ്ട ദിവസമാണിന്ന്. ഡോക്ടർ അന്നെടുപ്പിച്ച ടെസ്റ്റുകളുടെ വിവരം ഇന്നാണറിയുക. ആ പരിശോധനകളുടെ വിവരം ഒരുപക്ഷേ തന്റെ ജീവിതത്തിലെ ഒരു വഴിത്തിരിവാകാം. തന്റെ മകൾ, അവളുടെ കാര്യം ഓർമ്മയിലെത്തവേ അയാൾ വിങ്ങിവിങ്ങിക്കരഞ്ഞു.

പെട്ടെന്ന് കോളിങ്ങ് ബെല്ലടിക്കുന്ന ശബ്ദം കേട്ടയാൾ സ്റ്റെപ്പുകൾ ഇറങ്ങി താഴേക്കു ചെന്നു. വാതിൽ തുറന്നതും അയാൾ അത്ഭുതപരതന്ത്രനായി. തന്റെ കണ്ണുകളെ വിശ്വസിക്കാനാവാതെ അയാൾ ഒരു നിമിഷം സ്തംഭിച്ചുനിന്നു. തന്റെ കൂട്ടുകാരനും അവന്റെ കൂടെ നില്ക്കുന്ന തന്റെ അച്ഛനേയും അമ്മയേയുമാണയാൾ കണ്ടത്. തേങ്ങലോടെ അയാൾ അച്ഛന്റെ കാൽക്കൽ വീണു മാപ്പിരന്നു. നിറമിഴികളോടെ അച്ഛൻ അവനെ പിടിച്ചെഴുന്നേല്പിച്ചു. അച്ഛനെ കെട്ടിപ്പിടിച്ചവൻ പൊട്ടിക്കരഞ്ഞു. അവന്റെ തോളത്ത് തട്ടി ആശ്വസിപ്പിച്ചുകൊണ്ട് അച്ഛൻ പറഞ്ഞു- നിന്റെ കൂട്ടുകാരനാണ് ഒരു ദൈവദൂതനെപ്പോലെ വന്നു ഞങ്ങളെ ഇവിടെ എത്തിച്ചത്. വിവരങ്ങളെല്ലാം ഞങ്ങളറിഞ്ഞു. നിന്നെയും ഞങ്ങളുടെ പേരക്കുട്ടിയേയും ഒരു വിധിക്കും തട്ടിപ്പറിക്കാൻ ഞങ്ങൾ അനുവദിക്കില്ല. വൈദ്യശാസ്ത്രരംഗത്ത് ഏതറ്റംവരെയും പോകാൻ തയ്യാറായാണ് ഞങ്ങൾ വന്നത്. അച്ഛന്റെ സ്വാന്തനവാക്കുകളും ആ സ്നേഹസ്പർശവും ദുഃഖത്തിന്റെ നീരൊഴുക്കിൽ പെട്ടൊഴുകുന്ന അവന് ഒരു പിടിവള്ളിയായി. അമ്മയും തിക്കിത്തിരക്കി വന്ന കരച്ചിൽ അടക്കിപ്പിടിച്ചവനെ കെട്ടിപ്പിടിച്ചു. സാന്ത്വനമെന്നപോലെ അവന്റെ ശിരസ്സിൽ തലോടി. അമ്മയുടെ നെഞ്ചിൽ തലചായ്ച്ച് പൊട്ടിക്കരയവേ ഇതുവരെ താനനുഭവിച്ച അസ്വസ്ഥതകളുടെ കൂരിരുട്ട് സ്നേഹത്തിന്റെ പ്രകാശകിരണങ്ങളേൽക്കവേ അകന്നകന്നില്ലാതാകുന്നതും അവിടെ ആനന്ദത്തിന്റെ തെളിനീർ പ്രവാഹം വന്നണയുന്നതും അയാളറിഞ്ഞു. തന്നെ പ്രാണനുതുല്യം സ്നേഹിക്കുന്ന അവരുടെ സ്നേഹത്തലോടലിൽ അവന്റെ ദുഃഖങ്ങളെല്ലാം മഞ്ഞുമലപോലെ ഉരുകിയൊലിച്ചുപോയി. അവൻ ആനന്ദനിർവൃതിയോടെ തന്നെത്തന്നെ നോക്കിനില്ക്കുന്ന തന്റെ പ്രിയമുള്ള കൂട്ടുകാരനെ നോക്കി. അവന്റെ കണ്ണുകളിലെ സന്തോഷത്തിളക്കം അവൻ കണ്ടു.

ഈ പ്രിയമുള്ളവർ തനിക്ക് ഒരു ശക്തിയായി നില്ക്കേ തന്നെ പിടികൂടിയിരിക്കുന്ന ഭീമാകാരം പൂണ്ട് തന്നെ ആക്രമിച്ച് കീഴടക്കാൻ ശ്രമിക്കുന്ന രോഗവും ഇവരുടെ സ്നേഹശക്തിക്കു മുമ്പിൽ

ഒന്നുമല്ല എന്ന ചിന്ത അയാളെ സന്തോഷവാനാക്കി. ഹൃദയംനിറഞ്ഞ പുഞ്ചിരിയോടെ അയാൾ അവരെ നോക്കിനിന്നു. മെല്ലെ നടന്നുവരുന്ന കാലടി ശബ്ദം കേട്ട് അവൻ മുകളിലേക്കു നോക്കിയപ്പോൾ സ്റ്റെപ്പുകളിറങ്ങിവരുന്ന മകളെയാണ് കണ്ടത്. അപരിചിതരെ കണ്ടതും അവൾ അമ്പരപ്പോടെ നോക്കിനിന്നു. അവളെ കണ്ടതും അയാളുടെ അമ്മ അവളെ തന്നോടടുപ്പിച്ച് കവിളിലും തലയിലുമെല്ലാം എന്റെ പൊന്നുമോളേ എന്ന വിളിയോടെ തെരുതെരെ ഉമ്മ വച്ചു.

എന്നോ എവിടെയോ എനിക്ക് നഷ്ടപ്പെട്ട മോളെ എന്ന വിളിയും വാത്സല്യവും സ്നേഹവുമെല്ലാം ഒരു നദീപ്രവാഹം കണക്കേ അവളുടെ മനസ്സിലേയ്ക്ക് ആഴ്ന്നിറങ്ങിയതും എന്തൊക്കെയോ ചലനങ്ങൾ അവളിൽ സംഭവിക്കുന്നതായി അയാൾക്കു തോന്നി.

"ഇതു മോളുടെ അച്ഛമ്മയും അച്ഛച്ഛനുമാണ്." എന്നും അച്ഛന്റെ വാക്കുകളിലൂടെ താൻ സൃഷ്ടിച്ചുവെച്ച അവരുടെ രൂപം ഓർമ്മകളിൽനിന്നും എങ്ങോ പോയ്മറഞ്ഞിരുന്ന ആ രൂപം അവളുടെ മനസ്സിൽ വന്നെത്തി. അവളുടെ ചുണ്ടിൽ നാലഞ്ചു മാസങ്ങളിലായി നഷ്ടപ്പെട്ടിരുന്ന പുഞ്ചിരി വിടർന്നുവന്നു. ഈ സ്നേഹത്തിരിനാളത്തിന്റെ പ്രകാശത്തിൽ മകളെ വലയംചെയ്ത രോഗമെന്ന മേഘാവരണം അധികം താമസിയാതെ വഴിമാറുമെന്നും അവിടെ ആഹ്ലാദത്തിന്റെ സ്നേഹനീർത്തുള്ളികളുടെ ആഗമനം പ്രതീക്ഷിക്കാമെന്നും അയാളുടെ മനസ്സു മന്ത്രിച്ചു. ഈ ചിന്ത വന്നതോടെ ഇതുവരെ അനുഭവപ്പെടാത്ത സമാധാനവും സന്തോഷവും അയാൾക്കു ചുറ്റും നിറഞ്ഞുനിന്നു. ആകാശത്തു നിറഞ്ഞുനില്ക്കുന്ന മഴമേഘങ്ങളെ കണ്ട് പീലി വിടർത്തി നൃത്തമാടുന്ന മയിൽപേടപോലെ അയാളുടെ മനസ്സും ആനന്ദനൃത്തമാടാൻ തുടങ്ങി.

നഷ്ടപ്പെട്ട പ്രതാപം

അച്ഛച്ഛാ ഇങ്ങോട്ടു വരീൻ- കുഞ്ഞുമോന്റെ വിളികേട്ടയാൾ ശബ്ദം കേട്ട സ്ഥലത്തേയ്ക്കു നോക്കി. കഞ്ഞി കോരിക്കുടിക്കവേ പാത്രം തട്ടിമറിഞ്ഞു കഞ്ഞി നിലത്താകെ ഒഴുകിനടക്കുന്ന കാഴ്ച. അടുക്കളയിലാണെങ്കിൽ അലങ്കോലമായി കിടക്കുന്ന പാത്രങ്ങൾ. അവയെല്ലാം എടുത്ത് ബേസിനിലിട്ട് കഴുകി എടുക്കാനുള്ള ശ്രമത്തിലായിരുന്നു അയാൾ. മനസ്സിലുള്ള വേവലാതി പുറത്തു കാട്ടാതെ കുഞ്ഞുമോന്റെ അടുത്തു ചെന്നു. പാത്രത്തിൽ കഞ്ഞി ഒരു തുള്ളിപോലും അവശേഷിച്ചിരുന്നില്ല. നിലത്തു വീണാൽ പൊട്ടിത്തകരുന്ന പാത്രമാവാത്തത് ഭാഗ്യം. അല്ലെങ്കിൽ അതുകൂടി ഒരു പണി ആയേനെ എന്ന് അയാൾ മനസ്സിലോർത്തു. എന്തോ അബദ്ധത്തിൽ തട്ടിമറിഞ്ഞതാണ്. സ്വതവേ കരുതലുള്ളവനാണ്. ഏങ്ങിക്കരയുന്ന അവനെ ആശ്വസിപ്പിച്ചു. നിലത്തു വ്യാപിച്ചുകിടക്കുന്ന കഞ്ഞി തുടച്ച് വൃത്തിയാക്കി. വേറൊരു പാത്രത്തിൽ കഞ്ഞി എടുത്ത് അവനെ അരികിലിരുത്തി കുടിപ്പിച്ചു. കൈയും മുഖവും കഴുകിച്ചു. വീണ്ടും തന്റെ ജോലിയിലേക്ക്. അയാളോർത്തു- തനിക്കെന്തേ ഇങ്ങനെ ഒരു ദുരവസ്ഥ വരാൻ. ഭാര്യയ്ക്ക് തോളെല്ലിനെന്തോ തകരാറു വന്ന് ഓപ്പറേഷൻ കഴിഞ്ഞു. ആറു മാസത്തെ വിശ്രമം വേണം. ആറു മാസം കഴിഞ്ഞാലും വീട്ടുജോലികളൊന്നും ആദ്യത്തെപ്പോലെ ചെയ്യാൻ പ്രയാസമായിരിക്കുമെന്നാണ് ഡോക്ടറുടെ അഭിപ്രായം. മകളുടെ നിർബന്ധത്തിനു വഴങ്ങി അവൾ മകളുടെ കൂടെയാണ് താമസം. മോനും ഭാര്യയും രാവിലെത്തന്നെ അവരവരുടെ ജോലിസ്ഥലത്തേക്കു യാത്രയാകും. കുഞ്ഞുമോനെ നോക്കലും വീടുഭരണവും തനിക്കാണ്.

ചോറും കറിയും പ്രാതൽ ഭക്ഷണവുമെല്ലാം അവൾ റെഡിയാക്കും. തുണി കഴുകലും അവളെക്കൊണ്ടാവുന്നതുമെല്ലാം അവൾ തീർത്തു വെയ്ക്കും. രാവിലെ ഏഴര മണിയ്ക്കു തിരിച്ചുവരുന്ന അവൾക്ക് എന്തു ജോലി ചെയ്യുന്നതിനും ഒരു പരിമിതി ഉണ്ടല്ലോ എന്ന കാര്യവും അയാളോർത്തു. അവൾ വരുന്നതുവരെ തനിക്കൊരു

വിശ്രമവുമുണ്ടാകാറില്ല എന്ന സത്യം ഉൾക്കൊള്ളാൻ അയാൾ നിർബ്ബന്ധിതനായി. നാലു മണിയ്ക്കു സ്കൂൾ വിട്ടുവരുന്ന മകന്റെ മൂത്ത മകന് ചായയും പലഹാരവും ഉണ്ടാക്കുന്ന ജോലി തന്റേതാണ്. ഇളയവനായ രണ്ടരവയസ്സുകാരന്റെ എല്ലാ കാര്യവും നോക്കി നടത്തേണ്ട ഉത്തരവാദിത്വവും തന്റേതാണ്. അടുക്കള ഒരുവിധം വൃത്തിയാക്കി ഭക്ഷണം കഴിക്കാനൊരുങ്ങവേ കുഞ്ഞുമോന്റെ വിളി വീണ്ടും വന്നു. അച്ഛച്ഛാ ഉറക്കിത്തരീൻ. ഉറക്കം വന്നു കരച്ചിലാരംഭിച്ച അവനെ എടുത്തു തോളിലിട്ടു മൂളിപ്പാട്ടും പാടി നടക്കവേ അവനുറങ്ങി. അവനെ ഉറക്കിക്കിടത്തിയതിന്നുശേഷം അയാൾ അവന്നരികിലിരുന്നു.

അയാളോർത്തു പ്രതാപത്തോടെ നടന്നിരുന്നിരുന്ന കാലം. തനിക്ക് പതിനെട്ടു വയസ്സുള്ളപ്പോഴായിരുന്നു അച്ഛൻ മരിച്ചത്. തെങ്ങിൻതോപ്പുകളും കവുങ്ങിൻതോട്ടങ്ങളുമായി ഏക്കറുകളോളം വരുന്ന സ്വത്തിന്റെ ഉടമയായിരുന്നു അച്ഛൻ. അച്ഛൻ മരിച്ചതിനു ശേഷം താനായിരുന്നല്ലോ കാരണവർ. സഹോദരങ്ങളുടെ സ്വത്തെല്ലാം കൈകാര്യം ചെയ്യുന്നവൻ. മുതുവാക്കിന് ഒരെതിർവാക്കില്ലാതെ തന്നിഷ്ടത്തോടെ ജീവിച്ച നാളുകൾ. നാലഞ്ചാളുകളുടെ സ്വത്തുക്കൾ ഒന്നിച്ചു കൈകാര്യം ചെയ്യുമ്പോൾ ഇഷ്ടംപോലെ ധനം കയ്യിൽ. അവർക്കവകാശപ്പെട്ട സ്വത്തുക്കൾ സ്വന്തം സുഖത്തിനും സൗകര്യത്തിനും സുഖഭക്ഷണത്തിനും ആർഭാടമായി ചെലവഴിക്കുക എന്നതല്ലാതെ അവർക്ക് വിശപ്പിനാഹാരം കിട്ടുന്നുണ്ടോ എന്നുപോലും താൻ അന്വേഷിക്കാറില്ല. വീട്ടുവളപ്പിൽ ചേന, ചേമ്പ് തുടങ്ങിയ പലതരം കൃഷികൾ അതാതു സമയത്ത് ചെയ്യാറുണ്ട്. കൃഷി ചെയ്യുകയും അതിന്റെ പരിപാലനവുമെല്ലാം അവരെ ഏല്പിക്കും. അതിനെന്തെങ്കിലും കൊടുക്കും. അവരതു കൊണ്ട് തൃപ്തിയായിക്കൊള്ളണം. അല്ലെങ്കിൽ തന്റെ വായിൽ വരുന്നതെല്ലാം അവർ കേൾക്കേണ്ടി വരും.

അങ്ങനെ പ്രകോപനത്തോടെ സഹോദരങ്ങളെ അടക്കിഭരിച്ചിരുന്ന കാലം. അവരെ വഞ്ചിച്ച് കൈക്കലാക്കിയ സ്വത്തുക്കൾ. വീട്ടിൽ നാലഞ്ചു ജോലിക്കാർ. വിഭവസമൃദ്ധമായ ഭക്ഷണം. കസേലയിരുന്ന് ആജ്ഞാപിച്ചാൽ ഏതു കാര്യവും റെഡി. താനും ഭാര്യയും മക്കളും അവരൊന്നിച്ചുള്ള സുഖസമ്പൂർണ്ണമായ ഒരു ജീവിതം. അതു മാത്രം ലക്ഷ്യംവെച്ച് സഹോദരങ്ങളെ ദ്രോഹിച്ചു. അവരുടെ ആവ

ശ്യങ്ങൾക്കോ ആഗ്രഹങ്ങൾക്കോ ഒരു വിലയും കല്പിക്കാതെ നിർദാക്ഷിണ്യം അവരെ ദ്രോഹിച്ചുള്ള ഒരു ജീവിതം. പെട്ടെന്ന യാളുടെ മനസ്സിൽ തന്റെ തൊട്ടടുത്ത് താഴെയുള്ള അനിയനോട് ഏട്ടനെന്ന നിലക്ക് ഒരിക്കലും ചെയ്യാൻ പാടില്ലാത്ത ക്രൂരത മാപ്പർഹിക്കാത്ത ഒരു തെറ്റ് മുന്നിൽ തെളിഞ്ഞു വന്നു. ഒരു ദിവസം പെട്ടെന്ന് കുഴഞ്ഞുവീണ അവനെ നാട്ടുകാരായിരുന്നു ആസ്പത്രിയിലെത്തിച്ചത്. അത്യാസന്ന നിലയിൽ ഒരു മാസക്കാലം. പിന്നെയാണവൻ മെല്ലെ മെല്ലെ ജീവിതത്തിലേക്കു തിരിച്ചു വന്നത്. അവന്റെ ഭാര്യാപിതാവും അവളുടെ അമ്മാവനുമായിരുന്നു ആസ്പത്രിയിൽ. അവർ രാവും പകലും അവനുവേണ്ടി കാവലിരുന്നു. സഹോദരങ്ങളും അമ്മയുമുണ്ടായിരുന്നിട്ടും അനാഥനെപ്പോലെ ആസ്പത്രിക്കിടക്കയിൽ ഭാര്യവീട്ടുകാരുടെ ഔദാര്യത്തിൽ കഴിയേണ്ടിവന്നതും തന്റെ അനാസ്ഥയോ അഹങ്കാരമോ എന്തുമാവാം.

ഭാര്യയെ പ്രസവത്തിനായി ആസ്പത്രിയിൽ അഡ്മിറ്റ് ചെയ്ത സമയം. രോഗത്തിന്റെ ഗുരുതരാവസ്ഥ അവളെ അറിയിച്ചിരുന്നില്ല. ഇവിടെനിന്ന് എന്തിന് അമ്മയെപ്പോലും ആസ്പത്രിയിൽ പോകാൻ അനുവദിച്ചിരുന്നില്ല. എന്തിനേറെ അവൻ കുറിക്കു കൂടി സ്വരൂപിച്ചുണ്ടാക്കിയ പണംകൊണ്ടു വാങ്ങിയ പശുവിനെ താൻ അവന്റെ അഭാവത്തിൽ വിറ്റു കാശാക്കി. ഒരു മാസത്തിനു ശേഷം ആസ്പത്രിയിൽനിന്നും ഡിസ്ചാർജായി. ഭാര്യവീട്ടുകാർ അവനെ അവരുടെ വീട്ടിലേക്കു കൊണ്ടുപോയി. ആറുമാസക്കാലം റെസ്റ്റ് വേണമെന്നും അക്കാലമത്രയും മരുന്നു തുടരണമെന്നുമായിരുന്നു ഡോക്ടറുടെ നിർദ്ദേശം. മരുന്നു വാങ്ങാൻ അമ്മായിഅച്ഛനെ ബുദ്ധിമുട്ടിക്കുന്നതു ശരിയല്ല എന്നു കരുതിയാവണം ഒരു ദിവസം കൂട്ടുകാരനുമൊത്ത് അവൻ തന്നെ കാണാൻ വന്നത്. ഒരു പൈസപോലും തന്നു സഹായിക്കാനുള്ള സാമ്പത്തികാവസ്ഥയിലല്ല താനെന്നു പറഞ്ഞു തിരിച്ചയച്ചപ്പോൾ ദയനീയമായ അവന്റെ നോട്ടവും ക്ഷീണിച്ച ശരീരവും ഇന്നും തന്റെ ഓർമ്മയിൽ മായാതെ നിൽക്കുന്ന ഒരു ചിത്രമാണ്.

അന്ന് അതൊരു വലിയ സംഭവമായി മനസ്സിൽ കരുതി അഹംഭാവത്തോടെ നടന്നെങ്കിലും ഇന്നതോർക്കുമ്പോൾ കുറ്റബോധത്തിന്റെ മുള്ളാണികൾ മനസ്സിൽ ആഞ്ഞുതറക്കുന്നതുപോലെയുള്ള ഒരു നൊമ്പരമാണയാൾക്കനുഭവപ്പെട്ടത്. അച്ഛൻ മരണത്തിനു മുമ്പു

തന്നെ മക്കൾക്കെല്ലാം ഒരുപോലെ ഭാഗിച്ചുവെച്ച സ്വത്ത് തന്നെപ്പോലെ സഹോദരങ്ങൾക്കും ഒരേപോലെ അവകാശപ്പെട്ട സ്വത്ത് കൈകാര്യം ചെയ്ത് അച്ഛന്റെ സ്ഥാനത്തുനിന്ന് സ്നേഹത്തോടെ അവരെ പരിപാലിക്കേണ്ട താൻ അവർക്കൊരാപത്തു വരുമ്പോൾ സഹായിക്കേണ്ട താൻ അവരെ നിർദാക്ഷിണ്യം ഉപദ്രവിക്കുകയല്ലേ ചെയ്തത്. ജീവന്റെ നിലനില്പിനു വേണ്ടി മരുന്നു വാങ്ങാൻ ഏട്ടന്റെ മുന്നിൽ കൈനീട്ടി യാചിച്ചിട്ടും അവന്റെ സ്വപ്രയത്നത്താൽ സ്വരൂക്കൂട്ടി വെച്ച് വാങ്ങിച്ച പശുവിനെ വിറ്റ കാശും കൈവശമുണ്ടായിരുന്നിട്ടും അവനവകാശപ്പെട്ട ഭൂമിയിൽനിന്നും കിട്ടിയ വരുമാനം തന്റെ കൈയ്യിൽ വന്നുചേർന്നിട്ടും അന്നവനെ നിഷ്ക്കരുണം പറഞ്ഞയക്കുകയല്ലേ താൻ ചെയ്തത്.

അവന്റെ താഴെയുള്ള അനിയന്മാരെല്ലാം വിവാഹിതരായതോടെ എല്ലാവരും യോജിച്ച് അവരവരുടെ ഓഹരികൾ കണക്കു പറഞ്ഞു വാങ്ങി. അവസാനം തന്റെ ഓഹരി മാത്രം ബാക്കി. അതുവരെ ധാരാളിത്തമായ ചിലവുകളല്ലാതെ വരവിലേയ്ക്കു ഒന്നും കരുതിയിരുന്നില്ല. ഓരോ ദിവസവും ആർഭാടപൂർവ്വം ജീവിച്ചു തീർക്കുക എന്നല്ലാതെ നാളെ എന്നൊരു ചിന്ത അയലത്തുകൂടി വന്നില്ല. മക്കൾ വലുതായതോടെ വിദ്യാഭ്യാസം, വിവാഹം എന്നുള്ള ചിലവുകൾ. രണ്ടു പെൺമക്കളും ഒരു മകനുമാണ്. മക്കൾ വിവാഹപ്രായമായപ്പോൾ വീടു നില്ക്കുന്ന സ്ഥലം ഒഴിച്ച് ബാക്കി എല്ലാം വിൽക്കേണ്ടി വന്നു. പെൺമക്കൾ രണ്ടുപേരും വിവാഹിതരായി. ഭർത്താവും കുട്ടികളുമൊത്ത് സുഖമായി കഴിയുന്നു. ഇപ്പോൾ അവശേഷിക്കുന്നത് കേറിക്കിടക്കാനൊരു വീടു മാത്രം. മരുമകൾക്ക് ജോലിയുള്ളതുകൊണ്ട് നിത്യവൃത്തി മുടക്കമില്ലാതെ നടക്കുന്നു. ഭാര്യ രോഗികൂടിയായപ്പോൾ എല്ലാ ഉത്തരവാദിത്തവും തന്റെ തലയിൽ. ജോലിക്കാരെ വെക്കാമെന്നു വെച്ചാൽ തനിക്ക് സമ്പാദ്യമായി ഒന്നുമില്ലല്ലോ.

അനിയന്മാരെ ജോലി ചെയ്യിപ്പിച്ചും പട്ടിണിക്കിട്ടും സങ്കടപ്പെടുത്തിയും താൻ നേടിയെടുത്ത സുഖവും സൗഭാഗ്യവുമെല്ലാം വെള്ളത്തിൽ വരച്ച വരപോലെ ശൂന്യതയിൽ അലിഞ്ഞുചേർന്നില്ലേ. വിശന്നെരിയുന്ന വയർ വിപ്ലവാഭിവാദ്യം മുഴക്കവേ അയാൾ വേഗം എഴുന്നേറ്റു. ചോറു വിളമ്പി കറിയും ഉപ്പേരിയുമെടുത്തു. രാവിലെ ഉണ്ടാക്കിവെച്ചതാണ്. തണുത്ത ചോറു കഴിക്കാൻ തുടങ്ങവേ അയാളുടെ

മനസ്സിൽ ആവി പറക്കുന്ന ചോറും മൂന്നുനാലു തരം കറികളും താനുണ്ണുന്നതു നോക്കി നില്ക്കുന്ന ഭാര്യയും ഒരാനന്ദക്കാഴ്ചയായി മുന്നിൽ മന്ദഹസിച്ചു നിന്നു. കറികൾക്കെങ്ങാൻ അല്പം രുചി കുറഞ്ഞാൽ ഉണ്ണാതെ എഴുന്നേറ്റു പോകുമായിരുന്നു താൻ- ഇന്നോ തിരക്കിനിടയിൽ എന്തെല്ലാമോ ഉണ്ടാക്കി അവൾക്കാവുംവിധം ജോലികൾ ഒതുക്കി അവൾ പോകും. വിശന്നു പൊരിയുന്ന വയറിന്നു സ്വാദോ ദുസ്വാദോ ഓർത്തിരിക്കാനുള്ള നേരവുമില്ല. കിട്ടുന്നത് വാരിക്കഴിക്കുക എന്നതായിത്തീർന്നു തന്റെ ദിനചര്യ.

ചോറുണ്ണാൻ തുടങ്ങവേ എന്തോ ദുഃസ്വപ്നം കണ്ട് പേടിച്ചു വിളറിപിടിച്ചു കരയാൻ തുടങ്ങി കുഞ്ഞുമോൻ. അയാൾ മെല്ലെ എഴുന്നേറ്റ് ചോറ് അടച്ചുവെച്ച് കുഞ്ഞിന്നരികിലേക്കു നടന്നു. എപ്പോഴൊക്കെയോ താൻ ചെയ്തുകൂട്ടിയ പാപങ്ങളെല്ലാം അനുഭവിച്ചു തീർത്തേ കഴിയൂ എന്ന ചിന്ത അയാളെ അലട്ടി. താൻ താൻ നിരന്തരം ചെയ്യുന്ന കർമ്മങ്ങൾ താൻ താനനുഭവിച്ചീടുമെന്നേ വരൂ- എന്ന ആപ്തവാക്യം അയാളുടെ കാതിൽ ആരോ ഉരുവിടുന്നുണ്ടെന്നൊരു തോന്നലും അയാൾക്കുണ്ടായി. അയാൾ ഉറക്കെ കരയുന്ന കുഞ്ഞിന്റെ അരികിലെത്തി സ്വാന്തനവാക്കുകളോരോന്നോതി അവനെ സമാധാനിപ്പിക്കാൻ ശ്രമിച്ചു.

മേം ഏക് ഹിന്ദി അധ്യാപികാ ഥാ

പൂർവ്വ വിദ്യാർത്ഥികളുടെ കൂട്ടായ്മ. ഓർമ്മകൾ. പൂർവ്വ വിദ്യാർത്ഥികൾ ഒരുക്കിയ വേദിയിൽ സഹപ്രവർത്തകരോടൊപ്പം ഇരിക്കേ അവളോർത്തു. അപ്രതീക്ഷിതമായിട്ടായിരുന്നു കുറച്ചു വിദ്യാർത്ഥികൾ വീട്ടിൽ വരികയും 86-87 ബാച്ചിലെ വിദ്യാർത്ഥികൾക്കു ഒരുക്കുന്ന പൂർവ്വ വിദ്യാർത്ഥി കൂട്ടായ്മയിൽ ടീച്ചർ എന്തായാലും വരണമെന്നും ഞങ്ങൾ പ്രതീക്ഷയോടെ കാത്തിരിക്കുമെന്നും, നിരാശപ്പെടുത്തരുതെന്നും പറഞ്ഞത്. അവരുടെ ആഗ്രഹപ്രകാരമാണ് അവളീ വേദിയിലെത്തിയത്. സ്റ്റേജിൽ സഹപ്രവർത്തകരും താഴെ നിരനിരയായിരിക്കുന്ന വിദ്യാർത്ഥികളും. കാലം അവരിലേറെ മാറ്റങ്ങൾ വരുത്തിയെങ്കിലും അവളുടെ മനസ്സിൽ അവർ മുപ്പത്തഞ്ചു വർഷങ്ങൾക്കു മുമ്പുള്ള വിദ്യാർത്ഥികളായി മാറി.

വർഷങ്ങൾക്ക് മുമ്പ് സ്കൂളിൽ രാവിലെ പതിവായി ചൊല്ലിയിരുന്ന പ്രാർത്ഥനയോടെയായിരുന്നു തുടക്കം. ഭൂതകാലമാകുന്ന വാടിയിൽ മയങ്ങിക്കിടന്നിരുന്ന ഓർമ്മകൾ ചിത്രശലഭങ്ങൾ കണക്കേ ചിറകു വിടർത്തി പറന്നു അവളുടെ മനസ്സിൽ വലിയ വലിയ ചിത്രങ്ങളായി തെളിഞ്ഞുവന്നു. പണ്ടെങ്ങോ മനസ്സിന്റെ ഓർമ്മകളുടെ ചെപ്പിന്നകത്ത് മയങ്ങിക്കിടന്നിരുന്ന പ്രാർത്ഥനാഗീതം കേട്ടപ്പോൾ മനസ്സ് ഭൂതകാലത്തിലേയ്ക്ക് ചിറകടിച്ച് പറന്നിറങ്ങി- ജീവിതപങ്കാളി കാലയവനികക്കുള്ളിൽ മറഞ്ഞപ്പോൾ ഏകാന്തതയുടെ തടവറക്കുള്ളിൽ ഒരു തടവുകാരിയായി കാലചക്രഗതിക്കനുസരിച്ച് വാർദ്ധക്യത്തിന്റെ കോണിപ്പടവുകൾ ഓരോന്നായി കയറി മൃത്യുവിന്റെ കാലടിശബ്ദങ്ങൾക്കായി കാതോർത്തിരുന്ന അവളുടെ മനസ്സ് വേദിയിൽ കുട്ടികൾക്കൊപ്പം ഇരുന്നപ്പോൾ പെട്ടെന്ന് മുപ്പത്തഞ്ചാം വയസ്സിലേക്കിറങ്ങിയതും അവിടെ സ്റ്റാഫ് റൂമിൽ അറ്റന്റൻസ് റജിസ്റ്റർ തിരയുന്നതും ടൈംടേബിളിന്നനുസരിച്ച് ക്ലാസിലേക്കു തത്രപ്പെട്ട് പോകൻ തുനിയുന്നതും അവളറിഞ്ഞു.

കുട്ടികൾ വേദിയിലേക്കു ഹിന്ദിടീച്ചറെ ആനയിച്ച് ആദരിക്കുകയും രണ്ടു വാക്കു പറയണമെന്നു നിർബ്ബന്ധിക്കുകയും ചെയ്ത

പ്പോൾ പത്ത് പതിന്നാലു വർഷങ്ങൾക്കു മുൻപ് മറവിയുടെ മായാപ്രപഞ്ചത്തിലേയ്ക്കു മറഞ്ഞിരുന്ന കേവലം ഒരോർമയായി മാറിയ ഹിന്ദി ടീച്ചർ സടകുടഞ്ഞെഴുന്നേറ്റ് കുട്ടികൾക്കു മുന്നിൽ ഊർജ്ജസ്വലതയോടെ നിന്നു. കുട്ടികളുടെ സ്നേഹത്തിന്റേയും ആദരവിന്റേയും നന്മനിറഞ്ഞ മനസ്സിന്റേയും മുന്നിൽ അവളുടെ ഹൃദയം നമിച്ചു നിന്നു. എന്നോ അവളിൽനിന്നും അകന്ന് വിദൂരതയിലെങ്ങോ മറഞ്ഞുനിന്നിരുന്ന വസന്തകാലം. വർണ്ണപ്പൂക്കളും അവയുടെ സുഗന്ധപൂരിതമായ അന്തരീക്ഷവും അവൾക്ക് സമ്മാനിച്ച് നിറസാന്നിദ്ധ്യമായി അവളുടെ മുന്നിൽ നിൽക്കുന്നതായവളറിഞ്ഞു.

ചടങ്ങെല്ലാം കഴിഞ്ഞു വിഭവങ്ങളെല്ലാമടങ്ങിയ സദ്യ തന്നെയായിരുന്നു ഭക്ഷണം. നിരനിരയായി ഇട്ടിരിക്കുന്ന മേശകളിൽ ഇലകൾ നിരത്തിവെച്ച് നിറപുഞ്ചിരിയോടെ സൗഹൃദസംഭാഷണങ്ങളുടെ മാധുരിയും ചേർത്ത് കുട്ടികൾ വിളമ്പിത്തന്ന ഭക്ഷണം അതിന്റെ രുചി എല്ലാം മനസ്സിന്റെ ഓർമ്മച്ചെപ്പിൽ എന്നും സൂക്ഷിച്ചുവെക്കാവുന്ന പൂർണ്ണചന്ദ്രന്റെ പ്രഭാവലയത്തിൽ മിന്നിത്തിളങ്ങുന്ന താരകങ്ങളെപ്പോലെ പ്രഭചൊരിയുന്ന വർണ്ണക്കാഴ്ചയായി അവളുടെ മനസ്സിൽ തങ്ങിനിന്നു. അവസാനം വിദ്യാർത്ഥികളോടെല്ലാം യാത്രപറഞ്ഞിറങ്ങവേ ഒരു കുട്ടി ടീച്ചർ എന്നു പറഞ്ഞ് അങ്ങോട്ടോടി വന്നതും കെട്ടിപ്പിടിച്ച്- ടീച്ചർക്കെന്നെ മനസ്സിലായോ എന്ന ചോദ്യമായി കാൽക്കൽ തൊട്ടു നമസ്കരിച്ചതും നിമിഷങ്ങൾകൊണ്ടു നടന്ന ഈ സംഭവം അവളിൽ അമ്പരപ്പുണ്ടാക്കിയെങ്കിലും പെട്ടെന്നവൾ അവളെ പിടിച്ചെഴുന്നേല്പിച്ച് തന്നിലേക്കു ചേർത്തു നിർത്തി. അവളുടെ കണ്ണുകൾ നിറഞ്ഞിരുന്നു.

കുട്ടി എന്താ ഇങ്ങനെ എന്ന ചോദ്യം മുഖത്ത് പ്രതിഫലിച്ചിട്ടാവാം ടീച്ചർക്കെന്നെ ഓർമ്മയില്ലേ. എട്ടാം ക്ലാസിൽ ടീച്ചർ ക്ലാസ് ടീച്ചറായിരുന്ന ബിയിൽ പഠിച്ച എന്നും വൈകി വരാറുള്ള അവൾ അത്രയും പറഞ്ഞപ്പോൾ കുട്ടിയുടെ മുഖത്തേയ്ക്കു നിർനിമേഷം നോക്കി. പെട്ടെന്നവളുടെ മനസ്സിൽ എന്നും വൈകിവരാറുള്ള കുട്ടിയുടെ മുഖം തെളിഞ്ഞുവന്നു. നാലഞ്ചു ദിവസം കാണാതായപ്പോൾ വീടിന്നടുത്തുള്ള കുട്ടികളോടന്വേഷിക്കാൻ പറഞ്ഞതും എല്ലാം അവളുടെ ഓർമ്മയിൽ തെളിഞ്ഞു. അച്ഛനോട് അത്യാവശ്യമായി ക്ലാസ് ടീച്ചറെ വന്ന് കാണണമെന്നെഴുതിയ ലെറ്റർ അയൽക്കാരിയായ

കുട്ടിയുടെ കൈവശം കൊടുത്തയച്ചതും അവളോർമ്മിച്ചു. രാവിലെ ജോലിയ്ക്കു പോയി സന്ധ്യയോടെ തിരിച്ചെത്തുന്ന അച്ഛൻ വീട്ടിൽ നടക്കുന്ന കാര്യങ്ങളൊന്നും അറിഞ്ഞിരുന്നില്ല. അവളുടെ അമ്മ വർഷങ്ങൾക്കു മുൻപ് മരിച്ചുപോയിരുന്നു. അച്ഛൻ പിന്നീട് വിവാഹം കഴിച്ചു. അവരായിരുന്നു വീട്ടിലുണ്ടായിരുന്നത്. വീട്ടുജോലികളെല്ലാം മകളെക്കൊണ്ടു ചെയ്യിക്കുന്നതും എട്ടാം ക്ലാസ്സുവരെയെത്തിയില്ലേ ഇനി അങ്ങനെയൊക്കെ സ്കൂളിൽ പോയാൽ മതി എന്ന ഓർഡർ രണ്ടാനമ്മ പാസ്സാക്കിയതൊന്നും അച്ഛനറിഞ്ഞിരുന്നില്ല. വീട്ടിൽ കലഹം വേണ്ടെന്നു കരുതി രണ്ടാനമ്മയുടെ ഒരു ക്രൂരതയും അവൾ അച്ഛനെ അറിയിച്ചിരുന്നില്ല.

പകലന്തിയോളം ജോലി ചെയ്തു ക്ഷീണിച്ചുവരുന്ന അച്ഛനെ ഒരുതരത്തിലും വിഷമിപ്പിക്കരുതെന്നു കരുതിയാവാം അവൾ ഒന്നും പറയാതിരുന്നത്. ക്ലാസ് ടീച്ചർ അത്യാവശ്യമായി കാണണമെന്നാവശ്യപ്പെട്ട എഴുത്തു വായിച്ചപ്പോഴാണ് മകളെ വിളിച്ച് അച്ഛൻ കാര്യങ്ങളൊക്കെ അന്വേഷിച്ചറിഞ്ഞത്. ക്ലാസിൽ ഒരുവിധം നല്ലവണ്ണം പഠിക്കുന്ന കുട്ടിയായിരുന്നു അവൾ. ടീച്ചർ അച്ഛനുമായി സംസാരിച്ചു. ഇനി മുതൽ അവളുടെ എല്ലാ കാര്യത്തിലും പ്രത്യേകിച്ച് പഠനകാര്യത്തിലും കൂടുതൽ ശ്രദ്ധയുണ്ടാവുമെന്നും അച്ഛൻ ടീച്ചർക്കു വാക്കു കൊടുത്തു. ഇതുവരെ താനറിയാതെപോയ അല്ലെങ്കിൽ ചെയ്യാതിരുന്ന ഒരു കടമയാണ് ടീച്ചർ ഓർമ്മിപ്പിച്ചതെന്നും മകളോടുള്ള തന്റെ ഉത്തരവാദിത്വം പൂർണ്ണമായും താൻ ഏറ്റെടുത്തെന്നും അച്ഛൻ പറഞ്ഞു. അന്നു മുതൽ അവൾ കൃത്യതയോടെ സ്കൂളിൽ വരാനും തുടങ്ങി.

ടീച്ചറുടെ കൈപ്പടം തന്റെ കൈയിൽ ചേർത്തുവെച്ച് അവൾ പറഞ്ഞു- ഇന്ന് എനിക്ക് സ്വന്തമായി സർക്കാർ ജോലിയുണ്ട്. വിവാഹം കഴിഞ്ഞു. അദ്ധ്യാപികയാണ്. രണ്ടു കുട്ടികളുമുണ്ട്. അന്ന് ടീച്ചറിടപെട്ടില്ലായിരുന്നെങ്കിൽ എട്ടാം ക്ലാസിൽ പഠിപ്പു നിർത്തി ചെറിയമ്മയുടെ ആജ്ഞാനുവർത്തിയായി ജീവിച്ച് എന്റെ ജീവിതം തീർന്നേനെ. ടീച്ചറെ ഒന്നു കാണാനുള്ള ആഗ്രഹം എത്രയോ കാലമായി ഞാനെന്റെ മനസ്സിൽ കൊണ്ടുനടക്കുന്നു. ഇന്നാ ഭാഗ്യം എനിക്കു കൈവന്നല്ലോ. ടീച്ചറുടെ അനുഗ്രഹവും എന്നും എന്റെ കൂടെയുണ്ടാവണം. എന്റെ പ്രാർത്ഥനയാണത്. നന്ദിയുണ്ട് ടീച്ചർ എല്ലാത്തിനും ഒരായിരം നന്ദി. അവൾ പറഞ്ഞു നിർത്തി.

അവളോർത്തു ഇവളിത്രമാത്രം നന്ദി പറയാൻ താൻ ഒന്നും ചെയ്തില്ലല്ലോ. ഒരു ടീച്ചറുടെ കടമ. അതിൽ കൂടുതലൊന്നും താൻ ചെയ്തിട്ടില്ല. ഇത്രമാത്രം ഇവളുടെ മനസ്സിൽ ആദരണീയവും സ്നേഹവും നിറഞ്ഞ ഒരു സ്ഥാനം തനിക്കുണ്ടെന്നറിഞ്ഞപ്പോൾ ജീവിതസായാഹ്നത്തിൽ താനൊരു പാഴ്മരമായിത്തീരുമോ എന്ന വ്യഥ അവളിൽനിന്നും വിട്ടകന്നു. തന്നെ സ്നേഹാശ്രുക്കൾ നിറഞ്ഞ കണ്ണുകളോടെ നോക്കിനില്ക്കുന്ന അവളെ തന്നിലേക്കടുപ്പിച്ച് തലയിൽ മെല്ലെ തലോടി. "വരൂ നമുക്കിറങ്ങാം." ഒരു സഹപ്രവർത്തക അടുത്തു വന്നു പറഞ്ഞു. കുട്ടിയോടു യാത്രാനുമതി വാങ്ങി അവൾ സഹപ്രവർത്തകരോടൊന്നിച്ചു നടന്നു. സഹപ്രവർത്തകരുമായി സംസാരിച്ചും തമാശകൾ പറഞ്ഞു ചിരിച്ചും അവർ റോഡിലേക്കിറങ്ങി. വീട്ടിൽ അവരവരുടെ വാഹനങ്ങളിൽ തിരിച്ചെത്തിക്കാമെന്നു വിദ്യാർത്ഥികൾ പറഞ്ഞെങ്കിലും ഞങ്ങൾ ബസ്സിൽ പോയ്ക്കൊള്ളാമെന്നു പറഞ്ഞവരെ ഒഴിവാക്കി.

സ്കൂൾ വിട്ടിറങ്ങി അവരവരുടെ വീട്ടിലേക്കുള്ള മടക്കയാത്രക്കായി തിരക്കിട്ട് വാഹനങ്ങൾ അന്വേഷിച്ചു നടക്കുന്ന ഒരു ചിത്രം മനസ്സിലേയ്ക്ക് ഓർമ്മകളായി ഒഴുകിയെത്തി. അപ്പോഴാണ് ഒരു സഹപ്രവർത്തകയുടെ നിർബ്ബന്ധം- നമുക്കൊരു കാപ്പി കഴിച്ചാലോ? നാലുമണിക്കാപ്പിയെ വയറോർമ്മിപ്പിച്ചിരുന്ന സമയവും പക്ഷേ, വീട്ടിലെത്തിട്ടാവാമെന്നു കരുതി അവൾ നിരസിക്കാൻ ശ്രമിച്ചപ്പോൾ ഹോട്ടലിൽ കയറി നിർബന്ധപൂർവ്വം അവളെ സീറ്റിൽ പിടിച്ചിരുത്തി. ക്ലാസിൽ നിന്നിറങ്ങി സ്റ്റാഫ് റൂമിൽ എത്തുമ്പോൾ അവിടെ കാത്തിരിക്കുന്ന ചായയും ഒന്നിച്ചുള്ള ചായകുടിയും കുശലം പറച്ചിലും അവളുടെ മനസ്സിൽ ഒരോർമ്മച്ചിത്രമായി മിന്നിമറഞ്ഞു. എല്ലാവരും ഒന്നിച്ചിരുന്നു കാപ്പി കുടിച്ചപ്പോൾ ആ സ്നേഹവലയത്തിൽ കാപ്പിയുടെ ഓരോ തുള്ളികൾക്കും മുമ്പെങ്ങും രുചിച്ചറിഞ്ഞിട്ടില്ലാത്ത സ്വാദ് അവളുടെ വായിൽ നിറഞ്ഞുനിന്നു. സഹപ്രവർത്തകയുമൊന്നിച്ചുള്ള ബസ് യാത്രയും അവളെയേറെ സന്തോഷവതിയാക്കി.

വീട്ടിൽ തിരിച്ചെത്തിയപ്പോൾ വിദ്യാർത്ഥി കൂട്ടായ്മയുടെ സംഘാടകരിലൊരാൾ വിളിച്ചു. കുശലാന്വേഷണങ്ങൾക്കു ശേഷം ഇന്നു കാണാൻ കഴിഞ്ഞത് ഞങ്ങളുടെ മഹാഭാഗ്യമാണെന്നും പറഞ്ഞ

വൾ ഫോൺവെച്ചു. അവളുടെ മനസ്സു മന്ത്രിച്ചു കുട്ടികളേ, നിങ്ങളുടെ ഈ സ്നേഹക്കൂട്ടായ്മ നറുംനിലാവിന്റെ വെണ്മയിൽ ആകാശങ്ങളിൽ പ്രഭ ചൊരിയുന്ന വെള്ളിനക്ഷത്രങ്ങളായി എന്റെ ഓർമ്മയിൽ ഒരിക്കൽക്കൂടി ഇങ്ങനെ പ്രകാശിച്ചുകൊണ്ടേയിരിക്കും. അപ്പോൾ അവളുടെ മനസ്സ് ഇങ്ങനെ മന്ത്രിച്ചു- "മെം ഏക് ഹിന്ദി അദ്ധ്യാപികാ ഥാ." (ഞാനും ഒരു ഹിന്ദി ടീച്ചറായിരുന്നു.)

സഫലമീയാത്ര

മകളുടെ ബിരുദദാന ചടങ്ങിനെത്തിയതായിരുന്നു അവൾ. മനോഹരമായി വർണ്ണക്കടലാസ്സുകൾകൊണ്ടും പൂക്കൾ കൊണ്ടും ബലൂണുകളും കൊണ്ടും അലങ്കരിച്ച വലിയ ഒരു ഹാൾ. ബേ ഗ്രൗണ്ട് മ്യൂസിക്കിനനുസരിച്ച് പല പല വർണ്ണങ്ങളാൽ ഇടയ്ക്കിടെ പ്രഭ ചൊരിയുന്ന കുഞ്ഞു കുഞ്ഞു ബൾബുകൾ. ആ ഹാളിലിരിക്കുമ്പോൾ ഏതോ ഒരു മായാപ്രപഞ്ചത്തിൽ വന്നുപെട്ട അനുഭവമായിരുന്നു അവൾക്ക്. മകൾ ഒന്നാം റാങ്കിന്നർഹയായി എന്നു കുറച്ചു മുമ്പേ അവളുടെ പ്രൊഫസർ വന്നു പറയുകയും അവളെ തന്റെ കൺമുമ്പിൽവെച്ച് അനുമോദിക്കുകയും ചെയ്തപ്പോൾ ഉണ്ടായ സന്തോഷം വെൺതിങ്കൾകലപോലെ മനസ്സിൽ തെളിഞ്ഞുനിന്നു. ബിരുദദാന ചടങ്ങിന് കേന്ദ്ര വിദ്യാഭ്യാസമന്ത്രിയാണ് വരുന്നത് എന്ന് മകൾ സൂചിപ്പിച്ചിരുന്നു. തൊട്ടടുത്തിരുന്ന മകൾ എഴുന്നേറ്റു നിന്ന് ഞാൻ പുറത്തേക്ക് പോവുകയാണെന്നും ഇനി ഇപ്പോൾ കോഴ്സ് കംപ്ലീറ്റ് ചെയ്ത ഞങ്ങൾ അറുപതു പേർ ഔദ്യോഗിക വേഷം ധരിച്ച് മാർച്ച് സോങ്ങിന്റെ അകമ്പടിയോടെ പുറത്തുനിന്നും ഹാളിലേയ്ക്കു പ്രവേശിക്കുമെന്നും അതുവരെ പുറത്തേയ്ക്കൊന്നും പോകരുതെന്നുമുള്ള നിർദ്ദേശത്തോടെ അവൾ പോയി. അപ്പോഴേക്കും കൂടെ വന്നിരുന്ന ആങ്ങളയും ഭാര്യയും കുട്ടികളും അവളുടെ അടുത്തു വന്നിരുന്നു.

അവർ വർത്തമാനങ്ങൾ പറഞ്ഞിരിക്കേ മാർച്ച് സോങ്ങിന്റെ ശബ്ദം അവളുടെ കാതിൽ പതിച്ചു. അലങ്കരിച്ച പ്രവേശന കവാടത്തിലേക്ക് ആകാംക്ഷയോടെ നോക്കവേ നിലവിളക്കും പുറകിലായി പൂക്കൾ നിറച്ച തിരി കൊളുത്തിയ താലവും കൈയ്യിലേന്തി ഔദ്യോഗിക വേഷങ്ങൾ ധരിച്ച ആളുകൾ പിറകിലായി മാർച്ച് സോങ്ങിനനുസരിച്ച് കാലുകളും കൈകളും ചലിപ്പിച്ച് കോഴ്സ് കഴിഞ്ഞ വിദ്യാർത്ഥികൾ. അവൾ അത്യധികം ആകാംക്ഷയോടെ നോക്കിയപ്പോൾ മകൾ തന്നെ നോക്കി ഒന്നു ചിരിച്ചു നടന്നു നീങ്ങി. ഔദ്യോഗിക വേഷം ധരിച്ച് ബിരുദദാന ചടങ്ങിനായി നടന്നു നീങ്ങുന്ന മകളെ കണ്ടപ്പോൾ അവൾക്ക് ഒന്നു രണ്ടു വയസ്സുള്ള

പ്പോൾ മുതൽക്കേ അവളെ പഠിപ്പിച്ച് ഒരു ഡോക്ടറായി കാണാനാഗ്രഹമെന്നു പറഞ്ഞിരുന്ന ഒരു മുഖം അവളുടെ മനസ്സിൽ മിന്നിമറഞ്ഞു. പെട്ടെന്നവളുടെ മനസ്സിൽ ബോംബെയിലെ വലിയ ഒരാസ്പത്രിയും അതിനുള്ളിൽ കാൻസർ ചികിത്സക്കായി അഡ്മിറ്റ് ചെയ്ത ഭർത്താവും ഭർത്താവിന്റെ മടിയിൽ കിടന്നുറങ്ങുന്ന മകളും. മറവികൾക്കൊന്നും ഒരിക്കലും മായ്ക്കാൻ കഴിയാതിരുന്നതും ഓർമ്മകളിൽ എന്നും സ്ക്രീനിലെന്നപോലെ തെളിഞ്ഞുവരുന്ന ആ രംഗം പൂർവ്വാധികം ശക്തിയായി മുന്നിൽ തെളിഞ്ഞുവന്നു. ആസ്പത്രിയിൽ ആയിരുന്നതിനാൽ വിസിറ്റേഴ്സിന് വല്ലപ്പോഴുമേ കടക്കാൻ അനുവാദമുണ്ടായിരുന്നുള്ളൂ. എന്നും മകളേയും കൊണ്ട് മുറിയിൽ എത്തിയാൽ കിട്ടുന്ന സമയം മുഴുവൻ അവളെ കൊഞ്ചിച്ചും ലാളിച്ചുമായിരുന്നു സമയം പോക്കിയിരുന്നത്.

എപ്പോഴും മകളുടെ സാമീപ്യം കൊതിച്ചിരുന്ന ആ മനസ്സ് പതിവുപോലെ ഒരു ദിവസം മുറിയിൽ ചെന്നപ്പോൾ പതിവില്ലാത്തപോലെ അവളുടെ ഭാവിയെപ്പറ്റിയും ഇംഗ്ലീഷ് മീഡിയത്തിൽ പഠിപ്പിക്കണമെന്നും സ്കൂളിൽ യൂണിഫോം ധരിച്ചു പോകുന്ന മകളെ കാണാൻ മനസ്സിലേറെ ആഗ്രഹമുണ്ടായിരുന്നെന്നും വാതോരാതെ സംസാരിച്ചുകൊണ്ടിരുന്നു. അധികം സംസാരിക്കരുതെന്ന് വിലക്കിയെങ്കിലും അവളുടെ വിദ്യാഭ്യാസ കാര്യങ്ങൾ തന്നെ പറഞ്ഞു കൊണ്ടേയിരുന്നു. അന്ന് റൂമിൽനിന്ന് പിരിയുമ്പോൾ അതവസാനത്തെ കൂടിക്കാഴ്ചയാവുമെന്ന് കരുതിയിരുന്നില്ല. രാത്രി കൂടെ ഉണ്ടായിരുന്ന ഏട്ടൻ വിളിച്ചുപറഞ്ഞപ്പോഴാണറിയുന്നത് പെട്ടെന്ന് നെഞ്ചുവേദന വന്നെന്നും ബോധം നഷ്ടപ്പെട്ട നിലയിൽ ഐസിയുവിലാണെന്നും രാത്രി പക്ഷേ ആരേയും കടത്തിവിടില്ലെന്നും ഏട്ടൻ പ്രത്യേകം പറഞ്ഞിരുന്നു. വൈകാതെ ആരോടും യാത്രപറയാതെതന്നെ വിദൂരമായ ഏതോ ലോകത്തേക്കു അദ്ദേഹം യാത്രയായി എന്നറിയാൻ കഴിഞ്ഞു.

ചേച്ചീ... ചേച്ചീ... എന്ന അനിയന്റെ ഭാര്യയുടെ വിളി കേട്ടപ്പോഴാണ് പരിസരബോധമുണ്ടായത്. അപ്പോഴേയ്ക്കും ബിരുദധാരികളെല്ലാം അവരവരുടെ ഇരിപ്പിടങ്ങളിൽ ഇരുന്നുകഴിഞ്ഞിരുന്നു. സ്റ്റേജിൽ ബിരുദധാരികളെല്ലാം തലപ്പാവും ഔദ്യോഗിക വേഷവും ധരിച്ച് ഇരിപ്പുണ്ടായിരുന്നു. ബിരുദധാരികളുടെ പേരുകൾ വിളിച്ച് അവരുടെ രക്ഷിതാക്കളുടെ പേരുവിവരവും സഹോദരങ്ങളും

ഫോട്ടോ സഹിതം സ്ക്രീനിൽ തെളിഞ്ഞു. അത്ഭുതാശ്ചര്യങ്ങളോടെ അവളതെല്ലാം നോക്കിയിരുന്നു. കോളേജിൽ ഫസ്റ്റ് റാങ്കോടെ പാസ്സായിരുന്നതിനാൽ ഒന്നാമത്തെ ഊഴം ഒന്നാം റാങ്കുകാരിക്കായിരുന്നു. കേന്ദ്ര വിദ്യാഭ്യാസമന്ത്രിയുടേയും നിരന്നു നില്ക്കുന്ന പ്രൊഫസർമാരുടേയും ഇടയിലേക്കവൾ കയറിച്ചെല്ലുന്നത് സാകൂതം നോക്കിക്കണ്ടു. സർട്ടിഫിക്കറ്റും ചൊല്ലാനുള്ള പ്രതിജ്ഞ കടലാസിൽ പതിച്ചതും മെഴുകുതിരിയും അവൾക്ക് ഓരോരുത്തരായി വന്നു നല്കിയിരുന്നു. ആ ചടങ്ങു കഴിഞ്ഞപ്പോൾ പ്രൊഫസർമാരും വിദ്യാഭ്യാസമന്ത്രിയും ഓരോരുത്തരായി അവളുടെ തലയിൽ അനുഗ്രഹാശിസ്സുകൾ ചെയ്യാനൊരുങ്ങവെ പെട്ടെന്നു ശൂന്യതയിൽ നിന്നെവിടെനിന്നോ രണ്ടു കൈകൾ അവളുടെ നേരെ നീണ്ടു വരുന്നതും തലയുടെ മുകളിൽ നില്ക്കുന്നതായും അവൾക്കനുഭവപ്പെട്ടു. നെഞ്ചിൽ എന്തോ ഒരസ്വസ്ഥത നീറിപ്പടരുന്നതായി അവളറിഞ്ഞു. ഓരോരുത്തരായി എല്ലാവരേയും വിളിച്ചു അനുഗ്രഹാശിസ്സുകൾ നൽകി കഴിഞ്ഞ ശേഷം ബിരുദധാരികളെല്ലാം താലത്തിൽവെച്ചിരുന്ന പ്രതിജ്ഞയും കത്തുന്ന മെഴുകുതിരിയും കൈകൾകൊണ്ട് ബഹുമാനപുരസ്സരം പിടിച്ചുകൊണ്ടു നിന്നു. പ്രതിജ്ഞ ചൊല്ലലോടെ ചടങ്ങുകൾ കഴിഞ്ഞു.

അദ്ധ്യാപകരും വിദ്യാർത്ഥികളും നിരനിരയായി നിന്നു ഫോട്ടോ എടുക്കുകയും കൈകൾ മുകളിലേക്കുയർത്തിപ്പിടിച്ച് പ്രതിജ്ഞ ആവർത്തിക്കുകയും ചെയ്തു. ഉപസംഹാരപ്രസംഗത്തിൽ കേന്ദ്ര മന്ത്രിയുടെ പ്രസ്താവന എല്ലാവരേയും സന്തോഷഭരിതരാക്കുന്നതായിരുന്നു. ഈ കോളേജിൽ ഫസ്റ്റ് റാങ്ക് വാങ്ങിയ കുട്ടിക്ക് ബോംബെയിൽ മെഡിക്കൽ കോളേജിൽ ആതുരസേവനത്തിനുള്ള നിയമനം ഓഫർ ചെയ്യുന്നതായിരുന്നു ആ വാർത്ത. മകളുടെ പേര് അനൗൺസ്മെന്റ് വഴി കേൾക്കുകയും പ്രൊഫസർമാരുടേയും വിദ്യാഭ്യാസ മന്ത്രിയുടേയും കൂടെനിന്ന് ഫോട്ടോയ്ക്ക് പോസ് ചെയ്യുന്ന മകളെ കാണുകയും ചെയ്തപ്പോൾ തന്റെ കണ്ണുകളേയും കാതുകളേയും വിശ്വസിക്കാൻ പറ്റാത്ത ഒരമ്പരപ്പിലായിരുന്നു അവൾ. നിയമന ഉത്തരവ് പോസ്റ്റ് വഴി വീട്ടിലെത്തുമെന്നും ഉടനെ അപ്പോയ്മെന്റുണ്ടാകുമെന്നും മന്ത്രി പറഞ്ഞു.

ബോംബെ എന്നു കേട്ടപ്പോൾ അവളുടെ മനസ്സ് വർഷങ്ങൾക്കപ്പുറത്തേയ്ക്ക് പറന്നു. അവിടെ തന്റെ സ്നേഹസ്മരണകളും

ഉല്ലാസങ്ങളും നിറഞ്ഞുനിന്നിരുന്ന അന്തരീക്ഷത്തിലേക്കായിരുന്നു അവളെ കൊണ്ടെത്തിച്ചത്. ഭർത്താവിന്നവിടെ ജോലി ആയതിനാൽ വിവാഹം കഴിഞ്ഞ് ഭർത്താവിന്റെ കൂടെ മൂന്നാലു വർഷം അവള വിടെ താമസിച്ചിരുന്നു. ഒരു വർഷക്കാലം മെഡിക്കൽ കോളേജി ലായിരുന്നു ഭർത്താവിന്റെ ചികിത്സ. മകൾക്ക് ആ കോളേജിലാണ് ജോലി കിട്ടിയത് എന്നറിഞ്ഞപ്പോൾ ദൈവത്തിന്റെ നിശ്ചയങ്ങൾ ഓരോന്നും ആർക്കും നിർണ്ണയിക്കാൻ കഴിയില്ല എന്ന തീരുമാനം അവളിൽ ഉറച്ചുനിന്നു. ഭർത്താവിന്റെ വിയോഗത്തിനുശേഷം നാട്ടിൽ തിരിച്ചെത്തി മകൾക്കുവേണ്ടി മാത്രം ജീവിച്ച തന്റെ ജീവിതം ഭർത്താ വിന്റെ അഭിലാഷപൂർത്തീകരണത്തിന് സാധിച്ചല്ലോ എന്നവളാഹ്ലാ ദിച്ചു. ഇതിനെല്ലാം തനിക്കനുഗ്രഹമായി നിന്ന സർവ്വേശ്വരനെ അവൾ കൃതജ്ഞതാപൂർവ്വം വണങ്ങി.

തിരിച്ച് വീട്ടിലേക്കുള്ള യാത്രക്കായി മകളുടെ അടുത്ത് കാറിലി രിക്കുമ്പോൾ ഡോക്ടറായ തന്റെ മകളെ അവൾ അഭിമാനത്തോടെ നോക്കിക്കണ്ടു. അവളുടെ കണ്ണുകളിലേയ്ക്കു സ്നേഹപൂർവ്വം നോക്കിയിരിക്കേ സ്നേഹവും വാത്സല്യവും നിറഞ്ഞ മകളുടെ അച്ഛന്റെ മുഖം അവളുടെ മനോമുകുരത്തിൽ തെളിഞ്ഞു.

ഒരു സമ്മാനം വരുത്തിയ വിന

ബസ്സിൽനിന്നും ഇറങ്ങിയപ്പോഴാണ് അവൾക്ക് അക്കാര്യം ഓർമ്മവന്നത്. വീടിന്നു തൊട്ടടുത്തുള്ളവരുടെ ഗൃഹപ്രവേശനമാണ് നാളെ. അയൽപക്കം എന്ന നിലയ്ക്കു മാത്രമല്ല, എപ്പോൾ വിളിച്ചാലും എന്തു സഹായവും ചെയ്യാൻ സന്മനസ്സുള്ളവർ. എന്തെങ്കിലും അസുഖം വന്നാലും തിരക്കുകളുള്ള ദിവസങ്ങളിലും വീട്ടുജോലികളിലും തന്നെ അവർ സഹായിക്കാറുണ്ട്. പണം കൊടുത്തു സഹായിച്ചിട്ടുണ്ടെങ്കിലും എന്തെങ്കിലും ചെറിയ ഒരു സമ്മാനം കൊടുക്കണമെന്നായിരുന്നു അവളുടെ തീരുമാനം. കൂടെ ഇറങ്ങിയ സഹപ്രവർത്തകരോട് അവൾ ഇക്കാര്യം പറഞ്ഞു. രണ്ടുപേരുണ്ടായിരുന്നു അവർ. കാര്യം കേട്ടപ്പോൾ അവർ റെഡി.

ബസ്സ്റ്റാന്റിനടുത്തുതന്നെയുള്ള ഒരു കടയിലേയ്ക്ക് അവർ കയറി. അലൂമിനിയം പാത്രങ്ങളും സ്റ്റീൽ പാത്രങ്ങളും ഉള്ള ഒരു കട. ചെറിയ മുറിയായിരുന്നു. രണ്ടു ഭാഗങ്ങളിലായി പാത്രങ്ങൾ നിരത്തിവെച്ചിരിക്കുന്നു. പാത്രങ്ങൾ സെലക്ട് ചെയ്യാൻ തട്ടിമുട്ടി ഒരു വഴി. അതിന്റെ നടുവിൽ ഞെങ്ങി ഞെരുങ്ങി ഒരു കസേലയും മേശയും. ഉടമസ്ഥനിരുന്നു പണം കലക്ട് ചെയ്യാനുള്ള സ്ഥലം. മുകളിൽ കറങ്ങിക്കൊണ്ടിരിക്കുന്ന ഫാൻ. ഫാൻകൂടി ഇല്ലായിരുന്നെങ്കിൽ അവിടുത്തെ സ്ഥിതി എത്ര പരിതാപകരമായിരിക്കുമെന്ന് അവൾ ഓർത്തു. നിന്നുതിരിയാൻ സ്ഥലമില്ലാതിരുന്നിട്ടും അതിന്നിടയിലൂടെ പരതി അവൾ നല്ല ഭംഗിയുള്ള ഒരു ജെഗ്ഗ് കണ്ടെത്തി. അതിൽ പാത്രത്തിന്റെ വിലയും ഉണ്ടായിരുന്നു. പാത്രം ഉടമസ്ഥനെ കാണിച്ചു. നൂറു രൂപയാണെന്ന് അയാളും പറഞ്ഞു. അപ്പോൾ തൊട്ടടുത്തുള്ള കടക്കാരൻ എന്തോ അത്യാവശ്യ കാര്യത്തിന്നയാളെ വിളിച്ചു. പാത്രവും അതിന്റെ വിലയായ നൂറു രൂപയുടെ ഒറ്റനോട്ടും മേശയിൽ വെച്ച് അവർ മൂവരും അവിടെനിന്നു. പെട്ടെന്നാണ് അവൾക്ക് പോകാനുള്ള ബസ്സ് സ്റ്റാന്റിലേക്ക് വരുന്നതവളുടെ ശ്രദ്ധയിൽ പെട്ടത്. ടൗണിൽനിന്നും മൂന്നാല് നാഴിക ഉൾഭാഗത്തായിരുന്നു അവളുടെ വീട്. ഒരു ബസ്സ് പോയിക്കഴിഞ്ഞാൽ പിന്നെ അര

മണിക്കൂർ കഴിയണം അടുത്ത ബസ്സ് വരാൻ. കട ഉടമസ്ഥന്റെ സംസാരം അവസാനിക്കുന്ന മട്ടു കാണുന്നില്ല. ആ ബസ്സ് പോയിക്കഴിഞ്ഞാൽ അരമണിക്കൂർ കാത്തുനിൽക്കണമല്ലോ എന്നോർത്തപ്പോൾ അവളാകെ വെപ്രാളത്തിലായി.

കൈവശമുണ്ടായിരുന്ന കവറിൽ അവൾ ജെഗ്ഗ് വെച്ചു. അവളുടെ വെപ്രാളം കണ്ടപ്പോൾ കൂട്ടുകാർ പറഞ്ഞു- നൂറിന്റെ ഒറ്റനോട്ടല്ലെ. അതു മേശപ്പുറത്തുവെച്ച് നമുക്കിറങ്ങാം. കടയുടെ മുൻവശത്തു നിൽക്കുകയാണല്ലോ അയാൾ. അയാളോട് നമുക്ക് കാര്യം പറയാം. അയാളുടെ മുന്നിൽ എത്തിയതും അയാൾ ചോദ്യഭാവത്തിൽ അവരെ നോക്കി. നൂറു രൂപ മേശപ്പുറത്തു വെച്ചിട്ടുണ്ടെന്നും ഞങ്ങൾക്ക് പോകാനുള്ള ബസ് സ്റ്റാന്റിൽ വന്നിട്ടുണ്ടെന്നും അവരറിയിച്ചു. ഒരു നിമിഷം നിൽക്കൂ ഞാൻ രൂപ കൈപ്പറ്റിയതിനുശേഷം പോകാമെന്നായി അയാൾ. അയാൾ മേശക്കരികിലെത്തി. കൂടെ അവരും. മേശപ്പുറത്ത് ഒന്നു കണ്ണോടിച്ചശേഷം അയാൾ പറഞ്ഞു മേശപ്പുറത്ത് രൂപ കാണുന്നില്ലല്ലോ. അപ്പോഴാണ് അവരും ശ്രദ്ധിച്ചത് മേശപ്പുറത്ത് രൂപ ഉണ്ടായിരുന്നില്ല. പരിഭ്രാന്തരായി അവർ മേശയുടെ നാലു ഭാഗത്തും കണ്ണോടിച്ചു. രൂപ അവിടെ ഇല്ലെന്ന സത്യം അവരെ വല്ലാതെ വിഷമിപ്പിച്ചു. വല്ലാത്തൊരു വിഷമവൃത്തത്തിലാണ് തങ്ങൾ അകപ്പെട്ടതെന്നും അതിൽനിന്നും മോചനം നേടാൻ ഒരു വഴിയും മുന്നിൽ തെളിയുന്നില്ലല്ലോ എന്ന ധർമ്മസങ്കടത്തിലായിരുന്നു അവർ.

പെട്ടെന്നയാളുടെ ചോദ്യം വന്നു. നിങ്ങളാരാ, നിങ്ങൾ പറഞ്ഞത് ഞാനെങ്ങനെ വിശ്വസിക്കും. ഞങ്ങൾ ടീച്ചർമാരാണെന്നും സ്കൂൾ വിട്ടുവരുന്ന വഴി കടയിൽ കയറിയതാണെന്നും ഞങ്ങൾക്ക് പോകേണ്ട ബസ്സ് കണ്ടപ്പോൾ അല്പം ധൃതി കാണിച്ചുപോയതാണെന്നും അവർ പറഞ്ഞു. ടീച്ചർമാരാണെങ്കിൽ എന്തു ധൃതിയാണെങ്കിലും രൂപ എന്നെ ഏല്പിക്കാനുള്ള ഉത്തരവാദിത്വം കാണിക്കേണ്ടതായിരുന്നു. അയാളുടെ വാദം എത്രയോ ശരിയാണെന്നവർക്കും തോന്നി. തങ്ങളകപ്പെട്ട ഈ ഊരാക്കുടുക്കിൽ നിന്നും എങ്ങനെ രക്ഷപ്പെടും എന്ന ആകുലചിന്തയായിരുന്നു അപ്പോഴവരുടെ മനസ്സിൽ. പെട്ടന്നവളുടെ ദൃഷ്ടി ശക്തിയായി കറങ്ങുന്ന ഫാനിൽ ചെന്നുപെട്ടു. നൂറു രൂപയ്ക്ക് പറന്നകലാൻ ഈ കാറ്റ് ധാരാളം. അവൾ കടക്കാരനോട് പറഞ്ഞു- ഈ ഫാനിന്റെ കറക്ക

ത്തിൽ നോട്ട് പറന്നുപോയതാണെങ്കിലോ. നമുക്കീ പാത്രത്തിന്നിടയിൽ ഒന്നു തിരഞ്ഞാലോ. കടക്കാരന് സമ്മതം.

അങ്ങനെ അവർ തിച്ചിൽ ആരംഭിച്ചു. അധികം അകലെയല്ലാതെ തന്നെ ഒരു പാത്രത്തിന്നിടയിൽ വെച്ച് കടക്കാരന്ന് ആ നോട്ട് കിട്ടി. അയാൾ രൂപ എടുത്തു കാണിച്ചപ്പോൾ അവർ തിരച്ചിൽ നിർത്തി. എന്നാൽ ഞങ്ങളിറങ്ങട്ടെ. അവർ ധൃതിയിൽ പോകാനൊരുങ്ങിയപ്പോൾ നിങ്ങൾ വൈകാൻ ഞാനുമൊരു കാരണക്കാരനാണല്ലോ എന്ന മനസ്താപം അയാൾ വ്യക്തമാക്കി. സാരമില്ല എന്ന മട്ടിൽ ഒരു ചിരി പാസാക്കി മൂവരും ഇറങ്ങി. റോഡിൽ എത്തിയപ്പോൾ സഹപ്രവർത്തകർ രണ്ടുപേരും യാത്ര പറഞ്ഞു. അവർക്കു പോകേണ്ട ബസ്സിൽ കയറിപ്പോയി. അവളുടെ ബസ്സ് വരാൻ ഇനിയും പത്തിരുപത് മിനുട്ടുകൂടി കഴിയണമല്ലോ എന്നവളോർത്തു. ബസ്സിനു കാത്തുനില്ക്കുമ്പോൾ അവളുടെ മനസ്സിൽ സ്കൂളിൽനിന്നു വന്ന് അമ്മയുടെ വരവും കാത്തു വേവലാതിയോടെ ഇരിക്കുന്ന മക്കളും താൻതന്നെ ചെയ്തുതീർക്കേണ്ട തന്നെ കാത്തിരിക്കുന്ന ജോലികളും നിറഞ്ഞുനിന്നു.

പെട്ടെന്നവളുടെ മനസ്സിൽ പീടികക്കാരനും നഷ്ടപ്പെട്ട പണവും വന്നുകയറി. അവളോർത്തു- ആ പണം കണ്ടെത്തിയില്ലെങ്കിൽ തന്റെ കൂട്ടുകാരുടേയും തന്റേയും സ്ഥിതി എന്താകുമായിരുന്നു. ജീവിതകാലം മുഴുവൻ തന്റെ നിഴലായി നടക്കാൻ ഒരു ദുഷ്പ്പേര് വന്നു വീഴില്ലായിരുന്നോ? തനിയ്ക്കു മാത്രമല്ല ടീച്ചർമാരങ്ങനെയാ, വിശ്വസിക്കാൻ കൊള്ളില്ല എന്ന ഒരു പഴി ജീവിതാന്ത്യംവരെ തങ്ങളെ പിൻതുടരുമായിരുന്നില്ലേ. ദൈവം രക്ഷിച്ചത് തന്നെ മാത്രമല്ല ഒരു സമൂഹത്തെ മുഴുവനാണെന്ന സത്യം അവൾ തിരിച്ചറിഞ്ഞു. അപ്പോൾ അവളുടെ മനസ്സിൽ എന്തെന്നില്ലാത്ത ആഹ്ലാദവും സമാധാനവും വന്നുനിറഞ്ഞു. മനസ്സിൽ ഉണ്ടായിരുന്ന കുട്ടികളെപ്പറ്റിയുള്ള വേവലാതിയും വീട്ടുജോലികളെക്കുറിച്ചോർത്തുള്ള ആധിയും വലിയ ഒരു ദുരന്തത്തിൽനിന്നും രക്ഷപ്പെട്ട ആഹ്ലാദത്തിന്റെ, ആശ്വാസത്തിന്റെ മഴവെള്ളപ്പാച്ചിലിൽ ഒഴുകിപ്പോയി.

ഓണനിലാവ്

നാളെ തിരുവോണം. മകന്റെ പിറന്നാൾദിനം എന്ന പ്രത്യേക തകൂടിയുണ്ട് ആ നാളിന്. ഇന്നുച്ചയാകുമ്പോഴേയ്ക്കും മകനും മരുമകളും കുട്ടികളും എത്തും. ബാംഗ്ലൂരിലാണ് മകന് ജോലി. ഓണാഘോഷം നാളെ മതിയെന്നും ഇന്നു സാധാരണപോലെയുള്ള ഉച്ചയൂണു മതിയെന്നുമാണ് മകൻ പറഞ്ഞത്. ഇന്ന് ഉത്രാടമല്ലെ. ഒരു ചെറിയ സദ്യ ഒരുക്കിയേക്കാം എന്നായിരുന്നു അവളുടെ തീരുമാനം. അച്ഛന്റെ കുറ്റബോധമാകാം റോഡിന്നരികിലുള്ള വിശാലവും ഫലഭൂയിഷ്ടവുമായ ഈ പറമ്പും ആധുനികമായ എല്ലാ സൗകര്യവുമുള്ള ഈ വീടും തനിയ്ക്കു സമ്മാനിച്ചത്. ചെറിയ തോതിൽ എല്ലാ പച്ചക്കറികളുമുള്ള ഒരടുക്കളത്തോട്ടം അവൾക്കുണ്ട്. തൊട്ടടുത്തുതന്നെ അനിയത്തിയുടെ മകനും കുടുംബവും താമസമാക്കിയതിനാൽ ആൾസഹായവും ലഭിക്കാറുണ്ട്. അവൾ സദ്യയൊരുക്കി മക്കളുടെ വരവിന്നായി കാത്തിരുന്നു.

കൃത്യസമയത്തുതന്നെ മകനും ഭാര്യയും കുട്ടികളുമെത്തി. എല്ലാവരുമൊരുമിച്ചിരുന്നു ഭക്ഷണം കഴിച്ചു. വളരെ നാളുകൾക്കു ശേഷം ഉറങ്ങിക്കിടന്നിരുന്ന വീട് ശബ്ദമുഖരിതമായി. ഭക്ഷണം കഴിഞ്ഞ് പണികളെല്ലാമൊതുക്കി അവൾ വരാന്തയിലേയ്ക്കു നടക്കാൻ തുനിഞ്ഞപ്പോൾ മക്കൾ വിളിച്ചു. മക്കളും പേരക്കുട്ടികളും ഓഫീസ് റൂമിലിരിക്കുകയായിരുന്നു. അവരുടെകൂടെ അവളും പോയിരുന്നു. നാട്ടുകാര്യങ്ങളും വീട്ടുകാര്യങ്ങളും കുശലപ്രശ്നങ്ങളുമായി കുറേനേരം അവർ സംസാരിച്ചിരുന്നു. മക്കളുടെ തമാശകൾ നിറഞ്ഞ സംസാരവും പൊട്ടിച്ചിരികളും അവളുടെ മനസ്സിന് കുളിർമ്മയേകി. അവൾ എഴുന്നേല്ക്കാൻ തുടങ്ങിയപ്പോൾ പേരമക്കൾ രണ്ടുപേരും എഴുന്നേറ്റ് അവളുടെ അടുത്തേയ്ക്കു വന്നു. അവരുടെ കൈകളിൽ വലിയ ഓരോ പാക്കറ്റും ഉണ്ടായിരുന്നു.

അവളുടെ അരികിലെത്തി അടുത്തിരുന്ന് അച്ഛമ്മയ്ക്ക് ഓണസമ്മാനം എന്നു പറഞ്ഞ് ആ പേക്കറ്റുകൾ അവൾക്ക് സമ്മാനിച്ചു. “അമ്മ എടുത്ത് നോക്ക് ഇഷ്ടപ്പെട്ടോന്ന് അറിയാലോ”– മരുമകൾ

പറഞ്ഞു. അവൾ പേക്കറ്റ് തുറന്നു. സാരിയായിരുന്നു. രണ്ടിലും നല്ല വിലകൂടിയ സാരിയാണെന്ന് ഒറ്റനോട്ടത്തിൽ അവൾക്ക് മനസ്സിലായി. അവൾക്കിഷ്ടപ്പെട്ട കളറും ഡിസൈനുകളും. മുഖത്ത് സന്തോഷപ്പൂക്കൾ വിരിയുന്ന ചിരി കണ്ടപ്പോൾ സാരി അമ്മയ്ക്കിഷ്ടപ്പെട്ടെന്നു മക്കൾക്ക് മനസ്സിലായി. പ്രസന്നമായ അമ്മയുടെ മുഖം കണ്ടപ്പോൾ അവർക്കും സന്തോഷമായി. ഞാനിതെടുത്തു വെക്കട്ടെ എന്നു പറഞ്ഞവൾ രണ്ടു കവറുമെടുത്ത് മുറിയിലേക്കു പോയി. രണ്ടു സാരികളും കട്ടിലിൽ നിവർത്തിവെച്ച് അതിന്റെ ഭംഗി കൗതുകത്തോടെ അവൾ നോക്കി. ആഗ്രഹിക്കാതേയും ആവശ്യപ്പെടാതേയും തനിയ്ക്ക് ഓണക്കോടി. മക്കളുടെ സ്നേഹംനിറഞ്ഞ മനസ്സാണീ സമ്മാനം. മക്കളുടെ നന്മനിറഞ്ഞ മനസ്സ് ആ സമ്മാനത്തിലൂടെ അവൾ അറിഞ്ഞു.

ആ സാരിയിലേക്കു നോക്കിയിരിക്കവേ വർഷങ്ങൾക്കു മുമ്പുള്ള ഒരു ഓണക്കാലവും ഓണക്കോടിയും ഓർമ്മകളുടെ ചിറകു വെച്ചു അവളുടെ മനസ്സിലേയ്ക്കു പറന്നുവന്നു. ഈ നാട് വർഷങ്ങൾക്കു മുമ്പ് ഇങ്ങനെയൊന്നുമായിരുന്നില്ല. ഇന്ന് വീട്ടുമുറ്റത്തുവരെ കാറിന്നു വരാനുള്ള റോഡ് സൗകര്യമുണ്ട്. അന്നു പറമ്പിനു ചുറ്റും ഇടവഴികളും ഇടവഴികൾ ചെന്നെത്തുന്നത് വിശാലമായ വയലുകളിലേയ്ക്ക്. വയലുകൾക്കിടയിലുള്ള ചെറിയ നടപ്പാതയും. വിദ്യാലയങ്ങൾ എത്രയോ കുറവ്, വിദ്യാഭ്യാസമുള്ളവരും. കൃഷിഭൂമികൾ ഇഷ്ടംപോലെയുള്ളതിനാൽ കൃഷിയിലായിരുന്നു എല്ലാവരുടേയും ശ്രദ്ധ. പഠിത്തം ആർക്കും ഒരു നിർബ്ബന്ധമുള്ള കാര്യമായിരുന്നില്ല. അതുകൊണ്ടുതന്നെ അഞ്ചാം ക്ലാസ്സുവരേയേ അവൾ പഠിച്ചിരുന്നുള്ളൂ. ഒട്ടേറെ കൃഷിയിടങ്ങൾ ഉണ്ടായിരുന്നതിനാൽ അതിൽ പണി ചെയ്യുന്നവർക്കെല്ലാം ഭക്ഷണം കൊടുക്കണം. അതിന്നമ്മയെ സഹായിക്കാൻ വേണ്ടിയാണ് അവൾ പഠിത്തം നിർത്തിയത്.

അങ്ങനെ ചെറുപ്രായത്തിൽത്തന്നെ അവൾ വീട്ടുജോലിക്കാരിയായി. സ്കൂൾപോക്കും കൂട്ടുകാരികളോടൊപ്പം ഉല്ലാസത്തോടെ പങ്കിട്ടിരുന്ന നല്ല കാലം അവൾക്ക് എന്നന്നേയ്ക്കുമായി നഷ്ടമായി. അന്നൊക്കെ പതിനാലു പതിനഞ്ചു വയസ്സാകുമ്പോൾ പെൺകുട്ടികൾ വിവാഹിതരാകണമെന്നതിൽ നിർബ്ബന്ധം. അതിന്നവർ മാനസികമായോ ശാരീരികമായോ പൊരുത്തപ്പെടാനായോ ഇല്ലയോ എന്നൊന്നും ആർക്കും പ്രശ്നമില്ല. സ്വത്തുക്കൾ അന്യാധീനമാ

കേണ്ടെന്നു കരുതിയോ എന്തോ കുടുംബത്തിൽനിന്നുതന്നെയുള്ള ആങ്ങളയുടെ മക്കൾ പെങ്ങളുടെ മക്കളേയും പെങ്ങളുടെ മക്കൾ ആങ്ങളയുടെ മക്കളേയും വിവാഹം കഴിക്കുക എന്നതും അന്നത്തെ ആചാരമായിരുന്നു.

അങ്ങനെ അവളുടെ വിവാഹം പതിനഞ്ചാം വയസ്സിൽത്തന്നെ നടന്നു. അച്ഛന്റെ അനന്തിരവൻ. വഴക്കാളിയും തന്നിഷ്ടക്കാരനുമായിരുന്നു. അമ്മാവന്റെ സ്വത്തിനേയായിരുന്നു അയാൾ മോഹിച്ചത്, മകളെ ആയിരുന്നില്ല. അച്ഛന്റെ ഇഷ്ടത്തിന്നായിരുന്നു കല്യാണം. അമ്മപോലും വിവാഹനിശ്ചയം കഴിഞ്ഞതിനുശേഷമാണറിഞ്ഞത്. അന്നത്തെക്കാലവും അങ്ങനെയായിരുന്നു. കുടുംബനാഥനോട് ഒരു വാക്കും മറുത്തുപറയാൻ ആർക്കും ധൈര്യമുണ്ടായിരുന്നില്ല. ഭർത്താവിന്റെ വീട്ടിൽ ഭർത്താവും ജ്യേഷ്ഠാനുജന്മാരും തമ്മിൽ എന്നും വഴക്കായിരുന്നു. ഒരു നോക്കുകുത്തിയായി നില്ക്കാനുള്ള വിധിയായിരുന്നു അമ്മയ്ക്ക്. ഇവരുടെ വഴക്കിനിടയിൽ ഭീതിയോടെ നിസ്സഹായയായി നില്ക്കുമ്പോൾ ബന്ധുക്കാളായിട്ടും അച്ഛനിതൊന്നും അറിഞ്ഞില്ലേ എന്നും ഈ കുരുക്ഷേത്രഭൂമിയിലേയ്ക്കു തള്ളിക്കയറ്റി ഹോമിക്കാൻ മാത്രം താനെന്തു പിഴച്ചെന്നും അവൾ വേദനയോടെ ഓർക്കുമായിരുന്നു. ഒരു വർഷക്കാലത്തോളം വീട്ടുജോലികൽ മുഴുവൻ ചെയ്തും എല്ലാവർക്കും വെച്ചുവിളമ്പിയും അവൾ അവിടെ പിടിച്ചുനിന്നു.

വലിയ ഒരു പറമ്പും അതിലൊരു വീടും വാഗ്ദാനം ചെയ്തിട്ടാണ് താനീ വിവാഹത്തിന്നു സമ്മതിച്ചതെന്നും ഇതുവരെ അച്ഛന്റെ ഭാഗത്തുനിന്നും ഒരു നീക്കവും കണ്ടിട്ടില്ലെന്നും, ഇനി തന്നെ ഇവിടെ നിർത്തുന്നത് ശരിയല്ലെന്നും പറഞ്ഞ് ഒരു ദിവസം അവളെ അയാൾ അവളുടെ വീട്ടിൽ കൊണ്ടുചെന്നാക്കി. അവൾ ഗർഭിണിയായിരുന്നു. ഇതുതന്നെ അവസരമെന്നു കരുതി വീടും പറമ്പും അയാൾക്കെന്നു സ്വന്തമാകുന്നോ അന്ന് ഈ വിവാഹജീവിതവും തുടരാമെന്നാണ് തന്റെ ഉദ്ദേശ്യമെന്നും പറഞ്ഞ് അയാൾ വീടുവിട്ടിറങ്ങി. പിന്നെ ഒരു നിർദ്ദേശവും അയാൾ വെച്ചിരുന്നു. വീടും പറമ്പും അയാളുടെ പേരിലായിരിക്കണമെന്നും. അച്ഛനാകെ അസ്വസ്ഥനായി. വീടും പറമ്പും അയാളുടെ പേരിലെഴുതിയാൽ അത് വിറ്റുതുലച്ചു മകളെ വഴിയാധാരമാക്കുമെന്ന ഭയവും അച്ഛനുണ്ടായിരുന്നു. എന്തായാലും അയാൾക്കൊരു തിരിച്ചുവരവുണ്ടായില്ല.

മകനാണവൾക്ക് പിറന്നത്. കല്യാണം കഴിഞ്ഞാൽ പിന്നെ സ്വന്തം വീട്ടുകാർക്ക് ഒരുത്തരവാദിത്ത്വവും ഇല്ലാത്തതുപോലെയായിരുന്നു പെരുമാറ്റം. ഭക്ഷണം പിന്നെ കൂട്ടത്തിൽ കഴിക്കാം. പക്ഷേ ഉടുതുണിയായിരുന്നു പ്രശ്നം. അവൾക്കായി ഒന്നും വാങ്ങുവാൻ ആരുമുണ്ടായിരുന്നില്ല. അവൾ ആകെ അസ്വസ്ഥയായി. തലയിൽ ഒരു ഇടിത്തീ വീണ കണക്കെ അവൾ വലഞ്ഞു. അവസാനം അമ്മയുടെ പഴയ വസ്ത്രങ്ങളുമായി അവൾ പൊരുത്തപ്പെട്ടു. മുണ്ടും ബ്ലൗസുമായിരുന്നു അന്നത്തെ വേഷം. ബ്ലൗസ് തുന്നി അവളുടെ പാകത്തിനാക്കി ഇടാനും അവൾ ശീലിച്ചു. അവളുടെ ആത്മനൊമ്പരങ്ങളും മാനസിക സംഘർഷങ്ങളും അവൾ മനസ്സിലൊതുക്കി.

പകലന്തിയോളം വീട്ടുജോലികൾ ചെയ്തു ഒരാവലാതിയുമില്ലാതെ മൗനിയായി അവൾ ജീവിച്ചു. വീട്ടുകാരുടെ അവഗണനയും മഹാപരാധം ചെയ്ത ജയിൽപുള്ളിയോടെന്നപോലെയുള്ള പെരുമാറ്റവും നാട്ടുകാരുടെ പിറുപിറുക്കലും എല്ലാം അവഗണിച്ചു തന്റെ ലോകം മകൻ മാത്രമാണെന്നും തന്റെ ജീവിതം മുന്നോട്ടു പോകാനുള്ള ഏക ആശ്രയം അവനാണെന്നും അവൾ മനസ്സിനെ വിശ്വസിപ്പിച്ച് സധൈര്യം ജീവിതം മുന്നേറാനുള്ള ധൈര്യം സംഭരിച്ചു. അങ്ങനെ മകന്റെ ഒന്നാം പിറന്നാൾ വന്നു. ചിങ്ങത്തിലെ തിരുവോണനാൾ. ഓണത്തിന്നു വീട്ടിലുള്ളവർക്ക് ഓണക്കോടി വാങ്ങുന്ന സമ്പ്രദായം അന്നൊന്നും ഉണ്ടായിരുന്നില്ല. പണിക്കാർക്ക് അവരുടെ എണ്ണം നോക്കി മുണ്ടു വാങ്ങിവെയ്ക്കും. എന്തെങ്കിലും ഓണക്കാഴ്ചകളുമായി അവർ വരും. അവർക്ക് ഓണക്കോടി നൽകും. വർഷങ്ങളോളം പിൻതുടർന്നുകൊണ്ടിരുന്ന ഒരു സമ്പ്രദായമായിരുന്നു അത്.

ഉത്രാടദിനത്തിലാണ് അവൾ ആരോ പറഞ്ഞറിഞ്ഞത് തറവാട്ടിൽ അമ്മാവൻ അമ്മയുടെ ഒരേയൊരാങ്ങള ഈ പ്രാവശ്യം പണിക്കാർക്കു മാത്രമല്ല വീട്ടിലുള്ളവർക്കും ഓണക്കോടി നൽകുന്നുണ്ടത്രേ. മകന്റെ പിറന്നാളിന്ന് കുളി കഴിഞ്ഞ് ഒരു പുതുവസ്ത്രം ധരിക്കാൻ അവളുടെ മനസ്സിൽ എന്തെന്നില്ലാത്ത ഒരാഗ്രഹം കുടിയേറിപ്പാർത്തിരുന്നു. അമ്മാവൻ വാങ്ങിയ ഓണക്കോടിയിൽ ഒന്നെങ്ങാനും മിച്ചം വന്നാൽ താൻ പോയാൽ തനിക്കത് തരാതിരിക്കില്ല എന്നൊരാശ അവളിലുണ്ടായി. ഓണക്കോടി അണിയാനുള്ള ആഗ്രഹം മനസ്സിനെ പിടിച്ചുലച്ചപ്പോൾ അവൾ മകനെ അമ്മയെ

ഏല്പിച്ച് അമ്മയോട് അനുവാദം വാങ്ങി തറവാട്ടിലേക്ക് യാത്ര യായി. അവിടെ എത്തിയപ്പോൾ സ്നേഹോഷ്മളമായ സ്വീകരണ മാണവളെ സ്വാഗതം ചെയ്തത്. മുത്തശ്ശിയും രണ്ടു ചിറ്റമ്മമാരും അവരുടെ കുട്ടികളും നിറഞ്ഞ പുഞ്ചിരിയോടെ അവളെ എതിരേറ്റു. എല്ലാവരും ഒരുമിച്ചിരുന്നു ചായ കുടിച്ചു. ഏറെ നേരം സംസാരി ച്ചിരുന്നെങ്കിലും അവൾ വന്ന കാര്യം അവൾ പറഞ്ഞില്ല. അവ ളുടെ ക്ഷീണിച്ച ശരീരവും പഴകിയ വസ്ത്രങ്ങളും അനാഥത്വം നിഴലിക്കുന്ന കണ്ണുകളും മുത്തശ്ശിയെ വല്ലാതെ നൊമ്പരപ്പെടുത്തി. അവളുടെ ജീവിതാനുഭവങ്ങളെല്ലാം മുത്തശ്ശി കേട്ടിരുന്നു.

ഒരു തെറ്റും ചെയ്യാത്ത തന്റെ പേരക്കുട്ടിക്ക് ഇത്ര വലിയ ശിക്ഷ ദൈവം എന്തിനു നല്കി എന്നു മുത്തശ്ശി മനസ്സിൽ പരിതപിച്ചു. ചുറുചുറുക്കോടെ കളിച്ചുല്ലസിച്ചു നടന്നിരുന്ന തമാശകൾ പറഞ്ഞും ചിരിച്ചും മറ്റുള്ളവരെ ചിരിപ്പിച്ചും നടന്നിരുന്ന പേരക്കുട്ടി തന്നെ യാണോ മുന്നിലിരിക്കുന്നതെന്നുപോലും മുത്തശ്ശിക്കു സംശയമായി. എന്നാ ഞാനിറങ്ങട്ടെ എന്നവൾ പറഞ്ഞപ്പോൾ മനസ്സിൽ സൂക്ഷി ച്ചുവെച്ചിരുന്ന ആഗ്രഹം പറയാൻ കഴിഞ്ഞില്ലല്ലോ എന്ന വ്യഥയോ ആർക്കറിയാം എന്തിനെന്നറിയാതെ അവളുടെ കണ്ണുകൾ നിറഞ്ഞു. നീ ഇന്ന് വന്നത് നന്നായി. ഞാൻ ദിവസങ്ങളോളമായി നിന്റെ വര വിനായി കാത്തിരിക്കുകയായിരുന്നു, പോകാൻ വരട്ടെ എന്നു പറഞ്ഞു മുത്തശ്ശി അകത്തേയ്ക്കു പോയി. തിരികെ കൈയിൽ രണ്ടു മുണ്ടും രണ്ടു ബ്ലൗസ് പീസുമായാണ് വന്നത്. ഇതാ മുത്തശ്ശിയുടെ വക ഓണക്കോടി എന്ന് പറഞ്ഞ് മുത്തശ്ശി അതവളുടെ കൈയിൽ കൊടുത്തു. അവൾക്ക് ആദ്യമായി കിട്ടിയ ഓണക്കോടി. അവൾ മുത്തശ്ശിയുടെ കാൽതൊട്ടു വന്ദിച്ചു. താൻ മനസ്സിൽ കണ്ട ആഗ്രഹം മുത്തശ്ശിക്കെങ്ങനെ തിരിച്ചറിയാൻ കഴിഞ്ഞു എന്നായിരുന്നു അവ ളുടെ അത്ഭുതം. മുത്തശ്ശി അവളെ പിടിച്ചെഴുന്നേൽപ്പിച്ചു. അവ ളുടെ നിറഞ്ഞ കണ്ണുകൾ കണ്ട് മുത്തശ്ശി പറഞ്ഞു– “സാരംല്ല നിനക്ക് നല്ലതു വരും.” ഓണക്കോടി നെഞ്ചോടടുപ്പിച്ച് എല്ലാവരോടും യാത്ര പറഞ്ഞ് വീട്ടിലേയ്ക്കു നടക്കുമ്പോൾ അവളുടെ മനസ്സ് പൂർണ്ണചന്ദ്രനുദിച്ച ആകാശംപോലെ പ്രകാശപൂരിതമായിരുന്നു.

മാറോടടുക്കിപ്പിടിച്ച ഓണക്കോടിയും നറുംനിലാവുപോലെ വെണ്മയാർന്ന മുത്തശ്ശിയുടെ സ്നേഹവും എല്ലാം അവളുടെ മന സ്സിൽ ഒരു നവചൈതന്യത്തിന്റെ ഉണർവ്വ് പകർന്നു. ഒപ്പം ഓണ

നിലാവിന്റെ കുളിർമ്മയും. ക്ലോക്കിൽ ബെല്ലടിക്കുന്ന ശബ്ദമാണ് അവളെ ചിന്തയിൽനിന്നുണർത്തിയത്. ഭൂതകാലചിന്തകളെ വേർപെടുത്തി വർത്തമാനത്തിലേയ്ക്കു തിരിച്ചുവരാൻ അവളേറെ സമയമെടുത്തു. അവൾ ക്ലോക്കിലേക്കു നോക്കി. മൂന്നു മണി. കുട്ടികൾക്ക് നാലുമണി ചായക്കുള്ള എന്തെങ്കിലും പലഹാരമുണ്ടാക്കണം. അവൾ ധൃതിപിടിച്ചു അടുക്കളയിലേയ്ക്കു നടന്നു.

ഒരു വിഷുപ്പുലരിയിൽ

വിഷുപ്പുലരിയുടെ ഓർമ്മയുണർത്തിക്കൊണ്ട് പടക്കങ്ങളാൽ മുഖരിതമായ അന്തരീക്ഷം. പടക്കങ്ങളുടെ കാതടപ്പിക്കുന്ന ശബ്ദങ്ങൾക്കിടയിലും നിർവികാരയായി അവളിരുന്നു. മൂന്നാലു വർഷങ്ങൾക്കു മുമ്പ് തന്റെ മനസ്സിനേറ്റ ആഘാതം തന്റെ മനസ്സുഖവും ആഘോഷങ്ങളും തട്ടിത്തെറിപ്പിച്ചില്ലേ- മൂടൽമഞ്ഞു കെട്ടിയപോലെ ദുഃഖത്തിന്റെ ആവരണങ്ങളണിഞ്ഞ മനസ്സിലേക്ക് എങ്ങനെ ഒരാഘോഷം കടന്നു വരാൻ. ദുഃഖത്തിന്റെ നെരിപ്പോടിൽ വെന്തെരിയുന്ന മനസ്സുമായി വെറുതെ ഒരു ജീവിതം- ശപിക്കപ്പെട്ട ജീവിതത്തിന്റെ ഓരോ ദിവസവും ജീവിച്ചുതീർത്ത് ഉറങ്ങി എന്തിനെന്നറിയാതെ പിന്നെയുമുണരുന്ന ഒരു ജന്മം വേണ്ടിയിരുന്നില്ല. പറയുമ്പോൾ എല്ലാമുണ്ട്. അടുത്തില്ലെങ്കിലും വിവാഹിതരായി സുഖമായി ജീവിക്കുന്ന രണ്ടു പെൺകുട്ടികൾ. ആധുനിക സുഖസൗകര്യങ്ങളോടുകൂടിയ നല്ലൊരു വീട്. ആവശ്യത്തിന് സമ്പത്ത്. എല്ലാ ബാധ്യതയും തീർത്ത് ജീവിതസായാഹ്നത്തിൽ ഊന്നുവടിയായി ഒപ്പം നില്ക്കേണ്ട ആൾ. ഒരു മുന്നറിയിപ്പുമില്ലാതെ പെട്ടെന്നൊരു നാൾ വിടപറഞ്ഞു പോയി. വാർദ്ധക്യത്തിന്റെ പടവുകൾ ഓരോന്നു കയറുമ്പോൾ താങ്ങായി തണലായി കൂടെ ഉണ്ടാകുമെന്ന ആത്മവിശ്വാസത്തിലിരിക്കേ ആണ് വിധിയുടെ താണ്ഡവനൃത്തത്തിൽ തന്റെ ജീവിതം തരിപ്പണമായത്. കുട്ടികൾക്കാണെങ്കിൽ അവരുടെ ജീവിതത്തിരക്കിന്നിടയിൽ അമ്മയ്ക്ക് താങ്ങായി തണലായി നില്ക്കണം എന്നാഗ്രഹിച്ചാലും അതൊരിക്കലും യാഥാർത്ഥ്യമായിത്തീരുക എളുപ്പമല്ല. ജീവിതസാഗരത്തിൽ ഏതോ ഒരു തുരുത്തിൽ അകപ്പെട്ട് ഏകയായി ജീവിതം തുടരുക എന്നതായിരുന്നു വിധി അവൾക്കു നല്കിയ സമ്മാനം.

വീണ്ടും പടക്കങ്ങളുടെ ശബ്ദകോലാഹലങ്ങൾ. വിഷുവിന്റെ വരവേല്പിനെ അറിയിച്ചുകൊണ്ട് അവളുടെ കാതിൽ വന്നലച്ചു. എഴുന്നേല്ക്കണം എന്നിട്ട് എന്നത്തേയും പോലെ വീട്ടുജോലികളെല്ലാം ചെയ്ത് തനിയ്ക്കുവേണ്ടി മാത്രം ഭക്ഷണമുണ്ടാക്കി കഴിക്കണം. അവൾ എഴുന്നേറ്റു നടക്കാൻ തുടങ്ങിയപ്പോഴാണ് ഫോൺ

ബെല്ലടിച്ചത്. ഫോണെടുത്തു. മൂത്തമകളാണ്. ഇന്നുച്ചയ്ക്ക് ഊണു കഴിക്കാൻ ഞങ്ങളുണ്ടാകും. പായസം എന്തായാലും വേണമെന്ന് കുഞ്ചുമോന് നിർബ്ബന്ധം. വേഗം വീടും പരിസരവും വൃത്തിയാക്കി. കുളി കഴിഞ്ഞ ശേഷം സാവകാശത്തിൽ ജോലികൾ ചെയ്യാൻ തുടങ്ങി. ഗർഭിണിയായ ചെറിയ മോൾ യാത്ര ചെയ്യാൻ പ്രയാസമായതിനാൽ വിഷുവിനു വരാൻ കഴിയുമെന്ന് തോന്നുന്നില്ല എന്ന് ഇന്നലെ വിളിച്ചറിയിച്ചിരുന്നു. അമ്മയ്ക്ക് സ്നേഹംനിറഞ്ഞ വിഷു ആശംസകളും നേർന്നിരുന്നു. അവളോർത്തു. കാണാൻ കൊതിക്കുന്ന കണ്ണുകൾക്കും സാമീപ്യം കൊതിക്കുന്ന മനസ്സിന്നും ഈ ആശംസകൾകൊണ്ട് തൃപ്തിപ്പെടാൻ കഴിയുമോ? തനിച്ചേയുള്ളൂ എന്നു കരുതിയതിനാൽ സദ്യവട്ടങ്ങൾക്കൊന്നും കരുതിയിരുന്നില്ല. വിളിപ്പാടകലെയുള്ള കടകളിൽ ആവശ്യമുള്ള സാധനങ്ങളെല്ലാം വാങ്ങാൻ കിട്ടുമെന്നതിനാൽ ബുദ്ധിമുട്ടറിഞ്ഞില്ല.

ഒരുമണി ആകുമ്പോഴേയ്ക്കും സദ്യ റെഡി. മക്കളുടെ വരവും കാത്ത് ഉമ്മറത്തിരുന്നു. ഫോൺ ബെല്ലടിച്ചു. കോൾ അറ്റന്റ് ചെയ്തു. മകളാണ് ഉച്ചയ്ക്ക് വരാൻ പറ്റില്ലാത്രെ. ഭർത്താവിന്റെ അച്ഛന് പെട്ടെന്നെന്തോ അസുഖം വന്നതിനാൽ അച്ഛനേയുംകൊണ്ട് മകൻ ആസ്പത്രിയിൽ പോയിരിക്കുന്നു. ഇനി എന്തായാലും ഉച്ചയ്ക്കുണ്ണാൻ വരാൻ പറ്റില്ല. രാത്രിയാക്കാം വിഷുസദ്യ. അമ്മ കണിക്കു വേണ്ടതെല്ലാം ഒരുക്കിക്കോളൂ. നമുക്കൊന്നിച്ച് കണി കാണാലോ. സാധാരണപ്പോലെ ഒറ്റക്കിരുന്നു ഭക്ഷണം കഴിച്ചു. പിന്നെ കണിക്കുള്ള ഒരുക്കങ്ങളായി കണിക്കൊന്നയും കണിവെള്ളരിയും തുടങ്ങിയ കണിക്കാവശ്യമായ എല്ലാ വസ്തുക്കളും സംഘടിപ്പിച്ചു. കൂടെ കുറച്ചുണ്ണിയപ്പവും ഉണ്ടാക്കി. പിന്നെയും കാത്തിരിപ്പ് തുടർന്നു.

ഏഴുമണിയായപ്പോൾ മകൾ വിളിച്ചു ഏട്ടനും അച്ഛനും ഇപ്പോൾ വന്നുകയറിയിട്ടേയുള്ളൂ. ഇനി ഇന്നൊരു വരവുണ്ടാകുമെന്നു തോന്നുന്നില്ല. അമ്മ ക്ഷമിക്കണം. പെട്ടെന്നവൾ ഫോൺ വെച്ചു. മനസ്സിൽ വല്ലാത്ത നിരാശയും ദുഃഖവും അനുഭവപ്പെടാൻ തുടങ്ങിയപ്പോൾ അവളോർത്തു- എന്നും ദുഃഖത്തിന്റെ പെരുമ്പറശബ്ദങ്ങൾ മാത്രം കേട്ടുതഴമ്പിച്ച മനസ്സിന് സന്തോഷത്തിന്റെ വർണ്ണാഭമായ പൂത്തിരികളില്ലാത്ത ആഘോഷത്തിന്റെ വർണ്ണപ്പെരുമയില്ലാത്ത ഈ മനസ്സിന് ഏതു ദുഃഖവും ഉൾക്കൊള്ളാൻ കഴിയില്ലേ. ഇല്ലെങ്കിൽ കഴിയണ്ടേ. വന്നാലുമില്ലെങ്കിലും മക്കൾക്കുവേണ്ടി കാത്തിരിക്കാം. കാത്തിരിക്കാൻ അവരുള്ളത് തന്നെ ഭാഗ്യമല്ലേ.

അങ്ങനെ മനസ്സിനെ ആശ്വസിപ്പിക്കാൻ അവൾ ശ്രമിച്ചെങ്കിലും ഭക്ഷണമൊന്നും കഴിക്കാൻ അവൾക്കു തോന്നിയില്ല. നിശ്ചേഷ്ഠയായി ഇരുണ്ട രാത്രിയെ ഉറ്റുനോക്കി ഏകയായി തന്റെ ജന്മദുഃഖത്തിന്റെ ഭാരവും പേറി അവളിരുന്നു. മരവിച്ച മനസ്സും മരവിച്ച ശരീരവുമായി അവൾ ഒരേ ഒരിരിപ്പിരുന്നു.

പെട്ടെന്നാണ് ഒരു വാഹനത്തിന്റെ ശബ്ദവും വെളിച്ചവും മുറ്റത്തേക്കിരച്ചു കയറി വന്നത്. സംഭ്രാന്തിയോടെ അവൾ നോക്കി. മരുമകന്റെ കാറാണല്ലോ. അവൾക്ക് അവളുടെ കണ്ണുകളെ വിശ്വസിക്കാൻ കഴിഞ്ഞില്ല. അന്തംവിട്ടു നോക്കിനില്ക്കുന്ന അവളുടെ അടുത്തേയ്ക്ക് അമ്മമ്മേ എന്നു വിളിച്ചുകൊണ്ട് കുഞ്ഞുമോൻ ഓടിയെത്തി. മരുമകന്റെ അച്ഛനും അമ്മയും മകളും മരുമകനും വരാന്തയിലേയ്ക്കു കയറിവന്നു. വരാമെന്ന് അമ്മയ്ക്ക് വാക്കു കൊടുത്തതല്ലേ പോയില്ലെങ്കിൽ അമ്മ സങ്കടത്തിലാവുമെന്നു പറഞ്ഞു മകൾ ആകെ വ്യാകുലയായി ഒരേ ഇരിപ്പായിരുന്നു. അതു കണ്ടപ്പോൾ ഞങ്ങൾക്കവിടെ നില്ക്കാൻ തോന്നിയില്ല. അതാ അച്ഛനേയും കൂട്ടി ഞങ്ങളെല്ലാവരുംകൂടെ വന്നത്. മരുമകന്റെ അമ്മ പറഞ്ഞു. നാളെ നമുക്കെല്ലാവർക്കുംകൂടെ ഒന്നിച്ച് വിഷുക്കണി കാണാം. പിന്നെ ഉച്ചയ്ക്ക് ഊണും കഴിഞ്ഞേ ഞങ്ങൾക്കൊരു തിരിച്ചുപോക്കുള്ളൂ.

അവരുടെ സംസാരം കേട്ടപ്പോൾ അവളുടെ മനസ്സൊരു മയിൽപ്പേടയായി ആനന്ദനൃത്തമാടാൻ തുടങ്ങി. മനസ്സിൽ ഒരായിരം വർണ്ണപ്പൂത്തിരികൾ ശോഭയാനമായി മിന്നിത്തെളിഞ്ഞു. രാവിലത്തെ വിഷുക്കണിയിൽ കത്തിച്ചുവെച്ച നിലവിളക്കിന്നു മുന്നിൽ അച്ഛമ്മയുടേയും അച്ഛച്ഛന്റേയും അമ്മയുടേയും അച്ഛന്റേയും കൂടെ ഒരു കൊച്ചുണ്ണിക്കണ്ണൻ കൈകൂപ്പി നില്ക്കുന്നത് അവളുടെ മനസ്സിൽ മായാത്ത വർണ്ണചിത്രമായി നിറഞ്ഞുനിന്നു. നിരത്തിയിട്ട ഇലകളിൽ വിഭവങ്ങളെല്ലാം വിളമ്പിയ ശേഷം തീൻമേശയ്ക്കു ചുറ്റും എല്ലാവരും ഇരുന്നു. കുഞ്ഞുമോന്റെ പുന്നാരംപറച്ചിലുകളും അവൻ ഭക്ഷണം കഴിക്കുന്നതുമെല്ലാം അവൾ നിർവൃതിയോടെ നോക്കിക്കണ്ടു. അവരുടെ കൂടെ ഇരുന്നു പലതും പറഞ്ഞും ചിരിച്ചും തമ്മാമ്മിൽ വിളമ്പിയും ഭക്ഷണം കഴിക്കുമ്പോൾ എന്നോ എവിടെയോ കൈമോശംവന്ന വിഷുവും വിഷുസദ്യയും തന്നെ നോക്കി മന്ദഹസിക്കുന്നതായവൾക്കു തോന്നി.